ಜಯರಾಮಾಚಾರಿ

ಮೈಸೂರಿನಲ್ಲಿ 1987ರಲ್ಲಿ ಜನನ. ಬೆಳೆದದ್ದು ಬೆಂಗಳೂರಿನಲ್ಲಿಯಾದರೂ ಸಾಹಿತ್ಯ, ಕಲೆಯ ಬಗೆಗೆ ಅಪಾರವಾದ ಆಸಕ್ತಿಯುಳ್ಳವರು. ಎಲೆಕ್ಟ್ರಿಕಲ್ ವಿಭಾಗದಲ್ಲಿ ಎಸ್. ಜೆ. ಪಾಲಿಟೆಕ್ನಿಕ್ ಸಂಸ್ಥೆಯಲ್ಲಿ ಡಿಪ್ಲೊಮಾ ಪದವೀಧರರಾದ ಮೇಲೆ (2007), ಯು.ವಿ.ಸಿ.ಇ. ಸಂಸ್ಥೆಯಲ್ಲಿ ಎಂಜಿನಿಯರಿಂಗ್ (2012) ಓದಿ ಮುಗಿಸಿದ್ದಾರೆ. 2013ರಿಂದ ನಮ್ಮ ಮೆಟ್ರೊದಲ್ಲಿ ಉದ್ಯೋಗವನ್ನು ಪಡೆದು ಸದ್ಯ ಸ್ಟೇಷನ್ ಸೂಪರಿಡೆಂಟ್ ಆಗಿದ್ದಾರೆ.

ಓದು, ಬರಹ ಮತ್ತು ಸಿನಿಮಾ ಇವರ ನೆಚ್ಚಿನ ಹವ್ಯಾಸಗಳು. ಶ್ರೀಯುತ ನಾಗತಿಹಳ್ಳಿ ಚಂದ್ರಶೇಖರ್‌ರವರ "ಟೆಂಟ್ ಶಾಲೆ"ಯಲ್ಲಿ ಡಿಪ್ಲೊಮಾ ಇನ್ ಫಿಲ್ಮ್ ಮೇಕಿಂಗ್ ತರಬೇತಿಯನ್ನು ಪಡೆದ ಲೇಖಕರು ಕೆಲವು ಕಿರುಚಿತ್ರಗಳನ್ನೂ ನಿರ್ದೇಶಿಸಿದ್ದು, ಸಿನಿಮಾಕ್ಕೆ ಸಂಭಾಷಣೆ ಮತ್ತು ಕೆಲವು ಸಿನಿಮಾಗಳಲ್ಲಿ ಸಹಾಯಕ ನಿರ್ದೇಶನ ವಿಭಾಗದಲ್ಲಿ ಕೆಲಸ ಮಾಡಿರುತ್ತಾರೆ.

"ಸುಯ್ ಟಪಕ್" ಎಂಬ, ಸಾಹಿತ್ಯ ಸಿನಿಮಾ ಹಾಸ್ಯ ಕಿರುಚಿತ್ರ ಮತ್ತಿತರ ಕಂಟೆಂಟ್ ಉಳ್ಳ ಯೂಟ್ಯೂಬ್ ಚಾನೆಲ್, http://neenirabekkittu.blogspot.com/ ಎಂಬ ಬ್ಲಾಗ್ ಜನಮೆಚ್ಚುಗೆಯನ್ನು ಗಳಿಸಿದೆ.

ಕ್ಲಬ್‌ಹೌಸಿನಲ್ಲಿ ನಿತ್ಯ ಓದಿನ ಜಾತ್ರೆಯಾದ ಓದು ಜನಮೇಜಯ ಕಾರ್ಯಕ್ರಮ ಮತ್ತು ಅಡಕಸಬಿ ಅಡ್ಡ ಶುರುಮಾಡಿ ಅನೇಕ ಸದ್ವಿಚಾರಗಳ ಚರ್ಚೆಗೆ ದಾರಿಯಾಗಿದ್ದಾರೆ.

ಕರಿಮುಗಿಲ ಕಾಡಿನಲಿ (ಕತಾ ಸಂಕಲನ) ಇವರ ಮೊದಲ ಪುಸ್ತಕವಾದರೆ (2015), ಅವ್ವನ ಬಯೋಗ್ರಫಿ (2022) ಹೆಚ್ಚು ಪ್ರಕಟಣೆಗಳನ್ನು ಕಂಡ ಪುಸ್ತಕವಾಗಿದೆ.

ಮೊ: 9739082600
Email-Jayaramchari.v@gmail.com

ಲೆಟ್ಸ್ ಮೇಕ್ ಎ ಶಾರ್ಟ್ ಫಿಲಂ

(ಕಿರುಚಿತ್ರಕ್ಕೊಂದು ಕೈಪಿಡಿ)

ಜಯರಾಮಾಚಾರಿ

ವೀರಲೋಕ ಬುಕ್ಸ್ ಪ್ರೈ.ಲಿ.
207, 2ನೇ ಮಹಡಿ, 3ನೇ ಮೇನ್, ಚಾಮರಾಜಪೇಟೆ
ಬೆಂಗಳೂರು–560018. ಮೊಬೈಲ್: 70221 22121
ಇಮೇಲ್: veeralokabooks@gmail.com
ವೆಬ್‌ಸೈಟ್: www.veeralokabooks.com

LETS MAKE A SHORT FILM

A handbook for short films written by **Jayaramachari**

Published by:
VEERALOKA BOOKS PVT. LTD.
207, 2nd Floor, 3rd Main
Chamarajpet, Bengaluru - 560018

Mobile : +91 7022122121
E-mail : veeralokabooks@gmail.com
Website: www.veeralokabooks.com

Price : Rs. 120/-
Pages : 104
First Impression : 2022
Second Impression : April 2024

Paper used : 70 GSM NS Maplitho
Book size : 1/8th Demy

ISBN : 978-93-94942-32-5

Cover page illustration by : Prashanth Vitla
Inner pages illustration by : Vijaya Vikram

ಅರ್ಪಣೆ:

ಸಿನಿಮಾಕ್ಕೆ ಬೆಳಕಾಗಿ
ಕತ್ತಲಲ್ಲಿ ಕರಗಿಹೋಗುವ;
'ಲೈಟ್ ಬಾಯ್ಸ್‌ಗಳಿಗೆ ಮತ್ತು ಸೆಟ್ ಬಾಯ್ಸ್‌ಗಳಿಗೆ'

ಮುನ್ನುಡಿ

ಸಿನಿಮಾ ಒಂದು ಕನಸು, ಮೋಹ ಅಥವಾ ಮಾಯೆ. ಇಲ್ಲಿ ಗೆದ್ದವರಿಗಿಂತ ಸುದೀರ್ಘ ನಿಟ್ಟುಸಿರಿಟ್ಟು ಪಕ್ಕಕ್ಕೆ ಸರಿದವರೇ ಹೆಚ್ಚು. ಪ್ರತಿಭೆ ಅನ್ನುವುದು ಜನ್ಮಜಾತವಾದದ್ದು. ಆದರೆ ಕೌಶಲ ಕಲಿಕೆಯಿಂದ ಬರುವಂತದ್ದು. ವರ್ಷಗಟ್ಟಲೆ ಬೆನ್ನುಬಿದ್ದು ಕೌಶಲ ಕಲಿತು ಸಿನಿಮಾ ಮಾಡಿ ಗೆದ್ದವರಿದ್ದಾರೆ. ಅದಕ್ಕೆ ಅವರಿಗೆ ಎದುರಲ್ಲೊಬ್ಬರು ಗುರು ಇದ್ದರು. ಗುರಿ ಇತ್ತು. ಈಗ ಅದೆಷ್ಟೋ ಮಂದಿಗೆ ಗುರಿ ಇರುತ್ತದೆ. ಆದರೆ ಸರಿಯಾದ ಗುರು ಇರುವುದಿಲ್ಲ. ದಾರಿ ತೋರಿಸುವವರಿಗಿಂತ ದಾರಿ ತಪ್ಪಿಸುವವರೇ ಹೆಚ್ಚಾಗಿರುವ ಈ ಕಾಲದಲ್ಲಿ ಜಯರಾಮಾಚಾರಿಯವರ ಈ ಹೊತ್ತಿಗೆ ಸಿನಿಮಾ ವ್ಯಾಮೋಹಿಗಳಿಗೆ ದಾರಿದೀಪವಾಗುತ್ತದೆ ಎಂಬ ಭರವಸೆ ಮತ್ತು ನಂಬಿಕೆ ನನ್ನದು.

ಸಿನಿಮಾ ಮಾಡುವ ಹಂಬಲದ ಮನಸ್ಸುಗಳು ಹೆಚ್ಚಾಗುತ್ತಿರುವ ಕಾಲ ಇದು. ತಂತ್ರಜ್ಞಾನದ ನೆರವೂ ಇದೆ. ಆ ನಿಟ್ಟಿನಲ್ಲಿ ಇದೊಂದು ಮಾಹಿತಿಪೂರ್ಣ ಪುಸ್ತಕ. ಕೈಗೆ ಸಿಕ್ಕ ಮಾಹಿತಿಯನ್ನು ದಕ್ಕಿಸಿಕೊಂಡು ಅರ್ಥೈಸಿಕೊಂಡು ತನ್ನದಾಗಿಸಿಕೊಂಡು ಸಿನಿಮಾ ಎಂಬ ಮಾಯೆಯನ್ನು ತನ್ನದಾಗಿಸಿಕೊಳ್ಳುವುದು ಅವರವರ ಶಕ್ತಿಗೆ ಬಿಟ್ಟಿದ್ದು. ಆದರೆ ಇಂಥದ್ದೊಂದು ಕೈಪಿಡಿ ಹೊಸ ಸಿನಿಮಾ ವಿದ್ಯಾರ್ಥಿಗಳಿಗೆ ಅವಶ್ಯ. ಆ ಕಾರಣಕ್ಕೆ ಈ ಪ್ರಯತ್ನ ಶ್ಲಾಘನಾರ್ಹ.

–ಬಿ.ಎಸ್. ಲಿಂಗದೇವರು

ಮೊದಲ ಮಾತು

ಸಿನಿಮಾ ಎಷ್ಟೋ ಮಧ್ಯಮವರ್ಗದವರಿಗೆ ಅಂಟಿದ ಸಿಹಿ ಖಾಯಿಲೆ; ನಮ್ಮ ಕುಟುಂಬಕ್ಕೂ ಅಂಟಿತ್ತು. ನಮ್ಮ ಮನೆಯವರು ಅಣ್ಣಾವ್ರ ದೊಡ್ಡ ಫ್ಯಾನ್. ಅಣ್ಣಾವ್ರ ಕೈ ಹಿಡಿದು ತೆಗೆದುಕೊಂಡ ನಮ್ಮ ದೊಡ್ಡಣ್ಣನ ಫೋಟೋ ಸುಮಾರು ವರ್ಷಗಳ ಕಾಲ ಗೋಡೆಯಲ್ಲಿತ್ತು. ಅವ್ವ ಕಿವುಡಿಯಾದರೂ ಅಣ್ಣಾವ್ರ ಸಿನಿಮಾ ಬಂದಾಗ ಟಿವಿ ವಾಲ್ಯೂಮ್ ಕಿವಿಗೊಡೆಯುವಷ್ಟು ಜಾಸ್ತಿ ಕೊಡುತ್ತಿದ್ದಳು. ಎರಡು ದಶಕಗಳ ಹಿಂದೆ ನಮ್ಮ ಮನೆಯಲ್ಲಿ ಹನ್ನೆರಡಕ್ಕೂ ಮೇಲೆ ಜನರಿದ್ದರು. ಅಣ್ಣಾವ್ರ ಒಡಹುಟ್ಟಿದವರು ಮತ್ತು ಶಿವಣ್ಣನ ಜನುಮದ ಜೋಡಿ ಬಿಡುಗಡೆ ಆದಾಗ ಹಬ್ಬದ ರೀತಿ ಸಿಂಗರಿಸಿಕೊಂಡು ಆಟೋ ಹತ್ತಿ ಪ್ರಸನ್ನ ಥಿಯೇಟರಿನಲ್ಲಿ ಬ್ಲಾಕ್ ಟಿಕೇಟು ಪಡೆದು ನೋಡಿದ್ದು. ಆ ನೆನಪು ಇವತ್ತಿಗೂ ನೆನಸಿಕೊಂಡರೆ ರೋಮಾಂಚನ ಆಗುತ್ತೆ, ಸಿಪಾಯಿ ಸಿನಿಮಾಕ್ಕೆ ಮೊದಲ ಶೋಗೆ ಮೋಹನ್ ಥಿಯೇಟರ್ ಎದುರು ಒಂದು ಕಿ.ಮಿ ಉದ್ದದ ಕ್ಯೂ! ಇನ್ನೇನು ಟಿಕೇಟು ಸಿಕ್ತು ಅನ್ನುವಾಗ ಟಿಕೆಟ್ ಖಾಲಿ ಆಗಿ ಮನೆವರೆಗೂ ಅಳುತ್ತ ಬಂದಿದ್ವಿ. ಮೋಹನ್ ಥಿಯೇಟರ್ ಉದ್ಘಾಟನೆಗೆ ಅಣ್ಣಾವ್ರು ಬಂದಾಗ ದೊಡ್ಡ ಗಲಾಟೆ ಆಗಿ ಥಿಯೇಟರ್ ಸುತ್ತಮುತ್ತ ಬಿದ್ದ ಸಾವಿರ ಅನಾಮಿಕ ಚಪ್ಪಲಿಗಳ ನೆನಪು ಇಂದಿಗೂ ಅಳಿಸಲಾಗುವುದಿಲ್ಲ. ಟಿವಿ ಇರದ ಕಾಲದಲ್ಲಿ ಸ್ಕೂಲಿಂದ ಬಂದು ವಠಾರದಲ್ಲಿ ಟಿವಿ ಇದ್ದವರ ಮನೆಯಲ್ಲಿ ಕೂತು ರಾತ್ರಿ ಹತ್ತಾದರೂ ಸಿನಿಮಾಗಳ ನೋಡುತ್ತಾ, ಅವರ ಮನೆಯಲ್ಲಿಯೇ ಊಟ ಮಾಡಿ ಆಮೇಲೆ ಅವ್ವ ಬಯ್ಯುತ್ತ ಕರೆದಾಗ ಹೊರಗೆ ಬಂದರೆ ಗವ್ವನೆ ಕತ್ತಲು! ಆ ಕತ್ತಲಿಗೆ ಹೆದರಿ ಮನೆಗೆ ಓಡುವಾಗ ಅದೆಷ್ಟು ಸಲ ಎಡವಿಬಿದ್ದಿದ್ದೆ? ಸಿನಿಮಾ ನಮ್ಮ ಬದುಕಲ್ಲಿ ಇದ್ದಿದ್ದು ಹೀಗೆ.

'ಒಂದು ಕಥೆಯನ್ನ ಸಿನಿಮಾದಷ್ಟು ಸಶಕ್ತವಾಗಿ ಬೇರೆ ಯಾವ ಮಾಧ್ಯಮ ಕಟ್ಟಿಕೊಡಲು ಆಗುವುದಿಲ್ಲ' ಎಂದು ಅನಿಸಿದ್ದು ಒಂದು ಅನುಭವವನ್ನು ಕಥೆಯಾಗಿ ಬರೆಯಲು ಸೋತ ಘಳಿಗೆಯಲ್ಲಿ. ಅದನ್ನು ಯಾಕೆ ಕಿರುಚಿತ್ರ ಮಾಡಬಾರದೆಂದು ಅವಾಗ ಅನಿಸಿದ್ದು; ಆಮೇಲೆ ಸಿನಿಮಾದ ಪ್ರತಿ ಪಟ್ಟನ್ನು

ಇಂಟರ್ನೆಟ್ ಸಹಾಯದಿಂದ ಓದಿ ನೋಡಿ ಕಲಿತು ಕೊನೆಗೂ ಕಿರುಚಿತ್ರ ಮಾಡಿದೆ.

ಆಮೇಲೆ ಸಿನಿಮಾವನ್ನ ಕ್ರಮಬದ್ಧವಾಗಿ ಕಲಿಯಲು ಒಂದಷ್ಟು ಶಾರ್ಟ್ ಟರ್ಮ್ ಕೋರ್ಸ್, ಆಮೇಲೆ ಡಿಪ್ಲೋಮಾ ಕೋರ್ಸ್, ಅಲ್ಲಿ ಇಲ್ಲಿ ನೋಡುತ್ತಾ ಕಲಿತಿದ್ದು. ಸಿನಿಮಾ ಅನ್ನೋದು ಕೊನೆಯಿರದ ಕಲಿಕೆ. ಮೊದಲಿಗೆ ಬೇಸಿಕ್ ಜ್ಞಾನವಂತೂ ಬೇಕೇ ಬೇಕು. ಆ ಜ್ಞಾನಕ್ಕೆ ಒಂದೋ ಸಿನಿಮಾ ಮಾಡುವವರ ಬಳಿ ಹೋಗಿ ಕೈ ಕಟ್ಟಿ ನಿಲ್ಲಬೇಕು, ಅವರ ಬಳಿ ಸೈಕಲ್ ಹೊಡಿಯಬೇಕು, ಇಲ್ಲ ಸಿನಿಮಾ ಕಲಿಸುವ ಶಾಲೆಗಳಿಗೆ ಸೇರಬೇಕು; ಅದಕ್ಕೆ ದುಡ್ಡು ಬೇಕು, ಇವೆರಡು ಬಿಟ್ಟು ಇಂಟರ್ನೆಟ್ ಮೂಲಕ ಕಲಿಯಬಹುದು. ಅಲ್ಲಿ ಮಾಹಿತಿಗಳ ದೊಡ್ಡ ರಾಶಿಯೇ ಇದೆ. ಇದೆಲ್ಲ ಯೋಚಿಸುವಾಗ ಹೊಳೆದದ್ದು ಪುಸ್ತಕಗಳು, ಇಂಗ್ಲಿಷ್‌ನಲ್ಲಿ ಸಿನಿಮಾ ಮೇಕಿಂಗ್ ಕಲಿಯಲು ಸಾವಿರಗಟ್ಟಲೆ ಒಳ್ಳೊಳ್ಳೆ ಪುಸ್ತಕಗಳಿವೆ. ಕನ್ನಡದಲ್ಲಿ ಬೆರಳಣಿಕೆಯಷ್ಟು. ಆಗ ಹೊಳೆದದ್ದೇ ಈ ಪುಸ್ತಕ ಬರೆಯಬೇಕೆಂದು.

ಇಂತಹದೊಂದು ಪುಸ್ತಕ ಅವಶ್ಯವಿದೆ ಎಂದು ಈ ಪುಸ್ತಕ ಪ್ರಕಟಿಸಲು ಒಪ್ಪಿಕೊಂಡ ವೀರಕಪುತ್ರ ಶ್ರೀನಿವಾಸ ಅವರಿಗೆ ಮತ್ತು ವೀರಲೋಕ ಬುಕ್ಸ್ ಆಯ್ಕೆ ಸಮಿತಿಗೆ ಕೃತಜ್ಞತೆಗಳು. ಇದರ ಡ್ರಾಫ್ಟ್ ನೋಡಿ 'ಚೆನ್ನಾಗಿ ಬರೆದಿದ್ದೀಯ ಕಣೋ' ಎಂದು ಬೆನ್ನು ತಟ್ಟಿದ ಗುರುಗಳಾದ ನಾಗತಿಹಳ್ಳಿ ಚಂದ್ರಶೇಖರ್ ಅವರಿಗೆ, ನನ್ನೊಳಗೆ ಸಿನಿಮಾ ಎಂಬ ಸಂಭ್ರಮ ಬಿತ್ತಿದ, ಕಾಡಿದ ಎಲ್ಲ ಸಿನಿಮಾಗಳಿಗೆ ನನ್ನ ವಂದನೆಗಳು.

ಪ್ರೂಫ್ ರೀಡಿಂಗ್ ಮಾಡಿಕೊಟ್ಟ ಪ್ರಶಾಂತ್ ಸಾಗರರಿಗೆ, ಚೆಂದದ ಮುಖಪುಟ ಮಾಡಿಕೊಟ್ಟ ಪ್ರಶಾಂತ್ ವಿಟ್ಲರಿಗೆ ಮತ್ತು ಕೊನೆಯ ಹಂತದಲ್ಲಿ ನನ್ನ ಮತ್ತು ವೀರಲೋಕದ ನಡುವೆ ಸೇತುವೆಯಾಗಿದ್ದ ಕೌಸ್ತುಭ ಅವರಿಗೂ ನನ್ನ ಕೃತಜ್ಞತೆಗಳು.

ಇನ್ನೂ ನೀವುಂಟು, ಈ ಪುಸ್ತಕ ಉಂಟು. ಇದನ್ನು ಓದಿ ನಿಮ್ಮದೇ ಒಂದು ತಂಡ ಕಟ್ಟಿಕೊಂಡು ನೀವೊಂದು ಕಿರುಚಿತ್ರ ಮಾಡಿದರೆ ಅದೇ ಈ ಪುಸ್ತಕದ ಸಾರ್ಥಕತೆ.

–ಜಯರಾಮಚಾರಿ
ಬೆಂಗಳೂರು
jayaramchari.v@gmail.com

ಪ್ರಕಾಶಕರ ಮಾತು

ಪ್ರಿಯ ಓದುಗ ದೊರೆಗಳೆ, ಅತ್ಯಂತ ಪ್ರಾಚೀನ ಭಾಷೆಗಳಲ್ಲಿ ಒಂದಾದ ಕನ್ನಡಕ್ಕೆ ಭಾರತೀಯ ಭಾಷೆಗಳಲ್ಲೇ ವಿಶೇಷ ಸ್ಥಾನವಿದೆ. ಈ ನೆಲದ ಮಣ್ಣಿನ ಕಣಕಣದಲ್ಲೂ ಸಾಹಿತ್ಯದ ಘಮಲಿದೆ. ಸಾಂಸ್ಕೃತಿಕ ಹುಡಿಯಿದೆ. ಎಂಟೆಂಟು ಜ್ಞಾನಪೀಠ ಪ್ರಶಸ್ತಿಗಳನ್ನು ಪಡೆದ ಹೆಮ್ಮೆಯೂ ಜತೆಗಿದೆ. ಆದರೆ, ಸಾಹಿತ್ಯವನ್ನು ದಾಟಿಸುವ ವಿಷಯದಲ್ಲಿ ನಾವು ಹಿಂದೆ ಇದ್ದೇವೆ. ಸಂಕಟ ಪಡುವಷ್ಟು ಓದುಗರ ಸಂಖ್ಯೆಯನ್ನು ಹೊಂದಿದ್ದೇವೆ. ಕನ್ನಡದಲ್ಲಿ ವರ್ಷಕ್ಕೆ ಸಾವಿರಾರು ಶೀರ್ಷಿಕೆಯ ಪುಸ್ತಕಗಳು ಮುದ್ರಣವಾದರೂ ಕೆಲವೇ ಕೆಲವು ಸಾಹಿತಿಗಳನ್ನು ಹೊರತುಪಡಿಸಿ, ಹೆಸರಾಂತ ಸಾಹಿತಿಗಳ ಪುಸ್ತಕಗಳ ಪ್ರತಿಗಳು ಖರ್ಚಾಗುವುದು ಕೇವಲ ಐನೂರು, ಸಾವಿರ ಮಾತ್ರ. ಹೊಸಬರದ್ದು ಇನ್ನೂ ಘೋರ. ಕರ್ನಾಟಕದ ಏಳೂವರೆ ಕೋಟಿ ಜನಸಂಖ್ಯೆಯಲ್ಲಿ, ಒಬ್ಬ ಲೇಖಕನ ಪುಸ್ತಕವು ಸಾವಿರ ಜನರಿಗೂ ತಲುಪುತ್ತಿಲ್ಲ ಎನ್ನುವುದು ಖೇದಕರ. ಆದರೆ, ಇದನ್ನು ನಂಬಲು ಸಾಧ್ಯವಾ?

ನಿಜವಾಗಿಯೂ ಓದುಗರು ಇಲ್ಲವಾ? ಅಥವಾ ಓದುಗರಿದ್ದರೂ ಅವರಿಗೆ ಕೃತಿಗಳನ್ನು ತಲುಪಿಸುವಲ್ಲಿ ಸೋಲುತ್ತಿದ್ದೇವಾ? ಎನ್ನುವ ಪ್ರಶ್ನೆಯೊಂದಿಗೆ ನಾನು ನಿಮ್ಮಂಥ ಓದುಗರ ಬೆನ್ನುಹತ್ತಿದೆ. ಲಕ್ಷಾಂತರ ಓದುಗರಿದ್ದಾರೆ. ಆದರೆ ಅವರನ್ನು ತಲುಪುವಲ್ಲಿ ನಾವು ಸೋಲುತ್ತಿದ್ದೇವೆ ಎಂಬುದು ನನಗೆ ಮೇಲ್ನೋಟಕ್ಕೆ ಹೊಳೆದ ಸತ್ಯ. ಆ ಕಾರಣದಿಂದಲೇ ನಾನೀಗ ಓದುಗ ಮತ್ತು ಲೇಖಕರ ನಡುವಿನ ಸೇತುವೆಯೊಂದರ ನಿರ್ಮಾಣಕ್ಕೆ ಮುಂದಾಗಿದ್ದೇನೆ. ಆ ಸೇತುವೆಯ ಹೆಸರು 'ವೀರಲೋಕ ಬುಕ್ಸ್'.

ಕುಗ್ರಾಮವೊಂದರಲ್ಲಿ ತಯಾರಾದ ಮಡಕೆಯೊಂದು ಇವತ್ತು ಕಾರ್ಪೋರೇಟ್ ಅಂಗಳದಲ್ಲಿ ಮಾರಾಟಕ್ಕಿದೆ. ಪದವಿ, ಪುರಸ್ಕಾರಗಳನ್ನು ಪಡೆದುಕೊಂಡ ಬರಹಗಾರನೊಬ್ಬನ ಕೃತಿಯು ಸುಸಜ್ಜಿತ ಪುಸ್ತಕ ಮಳಿಗೆಯನ್ನೂ ತಲುಪುವಲ್ಲಿ ಸೋತಿದೆ. ಹಾಗಾಗಿ 'ವೀರಲೋಕ ಬುಕ್ಸ್' ಕನ್ನಡ ಪುಸ್ತಕ ಲೋಕಕ್ಕೆ ಕಾರ್ಪೋರೇಟ್ ಟಚ್ ನೀಡುವ ಉದ್ದೇಶ ಹೊಂದಿದೆ. ಕೇವಲ

ಪಟ್ಟಣದಲ್ಲಿ ಮಾತ್ರವಲ್ಲ, ಹಳ್ಳಿಗಾಡಿನ ಕಟ್ಟಕಡೆಯ ಓದುಗನಿಗೂ ಕನ್ನಡ ಪುಸ್ತಕವನ್ನು ತಲುಪಿಸುವ ದೃಢ ಸಂಕಲ್ಪ ನಮ್ಮದಾಗಿದೆ. ಒಬ್ಬ ಓದುಗ ತಾನು ಇಷ್ಟಪಡುವ ಪುಸ್ತಕ ಕೊಳ್ಳಬೇಕಾದರೆ ನಿಗದಿತ ಪುಸ್ತಕ ಅಂಗಡಿಗೆ ಬಂದರೆ ಮಾತ್ರ ಸಿಗುತ್ತದೆ ಎಂಬುದು ನಿಜಕ್ಕೂ ಓದುಗನಿಗೆ ಮಾಡುತ್ತಿರುವ ಮೋಸ. ಆದ್ದರಿಂದ ಅವನಿರುವ ಕಡೆಯೇ ಪುಸ್ತಕ ಸಿಗುವಂತೆ ಮಾಡುವ ಉದ್ದೇಶ ನಮ್ಮ ಪ್ರಕಾಶನದ್ದು. ಅದಕ್ಕಾಗಿ ಒಂದು ದೊಡ್ಡ ನೆಟ್‌ವರ್ಕ್ ಸಿದ್ಧ ಮಾಡಿದ್ದೇವೆ. ಊರೂರಲ್ಲಿ ಪುಸ್ತಕ ಸಿಗುವಂತೆ ಮಾಡುತ್ತಿದ್ದೇವೆ. ಇನ್ನೂ ಏನೇನೋ ಯೋಜನೆಗಳಿವೆ...

ಈ ಹೊಸ ರೀತಿಯ ಕಾರ್ಯಶೈಲಿಯ ಮೂಲಕ ನಾವು ನಮ್ಮ ವೀರಲೋಕ ಪ್ರಕಾಶನವನ್ನು ಆರಂಭಿಸಿದ್ದೇವೆ. ಇದಕ್ಕೆ ನಾಡಿನ ಖ್ಯಾತ ಸಾಹಿತಿಗಳಾದ ಶ್ರೀ ಜಯರಾಮಾಚಾರಿ, ಶ್ರೀ ವಿಶ್ವೇಶ್ವರ ಭಟ್, ಶ್ರೀ ಕುಂ. ವೀರಭದ್ರಪ್ಪ, ಶ್ರೀ ಜೋಗಿ, ಶ್ರೀ ರವಿ ಕೃಷ್ಣಾರೆಡ್ಡಿ, ಶ್ರೀ ರಂಗಸ್ವಾಮಿ ಮೂಕನಹಳ್ಳಿ, ಶ್ರೀಮತಿ ದೀಪಾ ಹಿರೇಗುತ್ತಿ, ಶ್ರೀ ಗಣೇಶ್ ಕಾಸರಗೋಡು, ಅನಂತ ಹುದೆಂಗಜೆ, ಡಾ. ಶರಣು ಹುಲ್ಲೂರು, ಶ್ರೀ ಸಂತೋಷಕುಮಾರ ಮೆಹೆಂದಳೆ, ಎನ್. ಧನಂಜಯ, ಡಾ. ಡಿ.ಎಸ್. ಶ್ರೀನಿವಾಸ ಪ್ರಸಾದ್, ಡಾ. ಗವಿಸ್ವಾಮಿ ಎನ್., ನರೇಂದ್ರ ರೈ ದೇರ್ಲ, ಶ್ರೀ ಮಂಜುನಾಥ್ ಚಾಂದ್, ಶ್ರೀಮತಿ ಶುಭಶ್ರೀ ಭಟ್ಟ, ಶ್ರೀಮತಿ ನಾಗವೇಣಿ ವೆಂ. ಹೆಗಡೆ ಹೆಗ್ಗರ್ಸಿಮನೆ, ಶ್ರೀ ರಾಘವ್, ಡಾ. ವಾಸುದೇವ ಶೆಟ್ಟಿ, ಶ್ರೀ ಸದಾಶಿವ್ ಸೊರಟೂರು, ಶ್ರೀ ರಾಜೀವ ನಾರಾಯಣ ನಾಯಕ, ಶ್ರೀ ಶಶಿಧರ ಹಾಲಾಡಿ, ಶ್ರೀ ಎಸ್.ವಿ. ಶ್ರೀನಿವಾಸಮೂರ್ತಿ, ಶ್ರೀ ಮಂಜುನಾಥ್ ಕುಣಿಗಲ್, ಶ್ರೀ ನೌಶಾದ್ ಜನ್ನತ್ತ್, ಶ್ರೀಮತಿ ಗಾಯತ್ರಿ ರಾಜ್ ಮತ್ತು ಖ್ಯಾತ ಕಲಾವಿದರಾದ ಶ್ರೀ ರಮೇಶ್ ಅರವಿಂದ್ ಅವರು ವೀರಲೋಕಕ್ಕೆ ತಮ್ಮ ಕೃತಿಗಳನ್ನು ಕೊಟ್ಟು ಪ್ರೋತ್ಸಾಹಿಸುತ್ತಿದ್ದಾರೆ. ಓದುಗನಿರುವ ಕಡೆಯೇ ಪುಸ್ತಕಗಳನ್ನು ಒದಗಿಸುವ ಈ ಮಹತ್ಕಾರ್ಯಕ್ಕೆ ನಿಮ್ಮ ಬೆಂಬಲವೂ ಇರಲೆಂದು ಪ್ರಾರ್ಥಿಸುವೆ.

'ಲೆಟ್ಸ್ ಮೇಕ್ ಎ ಶಾರ್ಟ್ ಫಿಲಂ' ಕೃತಿ ಓದುವ ಸುಖ ನಿಮ್ಮದಾಗಲಿ.

ನಿಮ್ಮ,

–ವೀರಕಪುತ್ರ ಶ್ರೀನಿವಾಸ

ವೀರಲೋಕ ಬುಕ್ಸ್

ವಿಷಯಸೂಚಿ

ಪ್ರೀ-ಪ್ರೊಡಕ್ಷನ್

PRE PRODUCTION

(Pre-production is the stage of planning almost all the components involved in artistic production, a movie, or any other performance before the action begins)

"ಶೂಟಿಂಗ್‌ಗೆ ಮುನ್ನ"

"Pick up a camera. Shoot something. No matter how small, no matter how cheesy, no matter whether your friends and your sister star in it. Put your name on it as director. Now you're a director. Everything after that you're just negotiating your budget and your fee."

—James Cameron

ರೋಲ್–ಕ್ಯಾಮೆರಾ–ಆಕ್ಷನ್

"When I'm making a film, I'm the audience."

—Martin Scorsese

ಇವತ್ತಿಗೆ ಪ್ರತಿಯೊಬ್ಬರ ಕೈಯಲ್ಲೊಂದು ಸ್ಮಾರ್ಟ್ ಫೋನ್ ಇದೆ. ಪ್ರತಿಯೊಬ್ಬರ ಎದೆಯಲ್ಲಿ ಒಂದಷ್ಟು ಕಥೆಗಳನ್ನು ಹೇಳುವ ಧಾವಂತವಿದೆ. ಕಥೆಗಳನ್ನ ಮಾತಿನ ಮೂಲಕ, ಬರೆಯುವುದರ ಮೂಲಕ, ದೃಶ್ಯ ಮಾಧ್ಯಮದ ಮೂಲಕವೂ ಕಥೆ ಹೇಳಬಹುದು. ಇನ್‌ಫ್ಯಾಕ್ಟ್ ತೀರ ಪರಿಣಾಮಕಾರಿಯಾಗಿ ಕೇಳುವ ಕಿವಿಗಳಿಗೆ, ನೋಡುವ ಕಣ್ಣುಗಳಿಗೆ, ನೇರ ಹೃದಯಕ್ಕೆ ತಾಕಿಸುವಂತೆ ಕಥೆಯನ್ನು ಕಟ್ಟಿಕೊಡಬಹುದು. ಅದು ಕಥೆಯನ್ನ, ನಟನೆಯನ್ನ ಮತ್ತು ತಂತ್ರಜ್ಞಾನವನ್ನ ಹೇಗೆ ದುಡಿಸಿಕೊಳ್ಳುತ್ತೀವಿ ಎಂಬುದರ ಮೇಲೆ ಅವಲಂಬಿತವಾಗಿದೆ. ಕಿರುಚಿತ್ರ ಮಾಡಲು ಬೇಕಿರೋದು ಒಂದು ಕಥೆ; ಆ ಕಥೆಯಲ್ಲಿ ಒಂದಷ್ಟು ಪಾತ್ರಗಳು ಮತ್ತು ನಟನೆಯನ್ನ ಸೆರೆಹಿಡಿಯುವ ತಾಂತ್ರಿಕ ಪರಿಕರಗಳು ಅಷ್ಟೇ! ಬರೀ ಅಷ್ಟೇ ಸಾಕ? ಸದ್ಯ ಅಷ್ಟಿದ್ದರೆ ಸಾಕು.

ಒಂದು ವಿಷಯದ ಮೇಲೆ ನಮಗೊಂದು ಗ್ರಿಪ್ ಅಥವ ಹಿಡಿತ ಸಿಗಬೇಕಾದರೆ ಆ ವಿಷಯದ ಬಗ್ಗೆ ಆದಷ್ಟು ತಿಳಿದುಕೊಳ್ಳುವುದು ಮುಖ್ಯ. ಎಲ್ಲ ವಿಷಯಕ್ಕೂ ಅದರದೇ ಆದ ಇತಿಹಾಸವೊಂದು ಇರುತ್ತದೆ. ಸಿನಿಮಾಕ್ಕೂ ಹಾಗೆ ಅದರದೇ ಆದ ಒಂದು ಇತಿಹಾಸವಿದೆ. ನಮಗೆ ಇತಿಹಾಸವೂ ಮುಖ್ಯ, ಈಗಂತೂ ಮಾಹಿತಿಗಳು ಅಪಾರವಾಗಿ ರಾಶಿಗಟ್ಟಲೆ ಬಿದ್ದಿರುವ ಕಾಲ. ಹಾಗಾಗಿ ಸಿನಿಮಾ ಕುರಿತು ಎಷ್ಟು ಬೇಕೋ ಅಷ್ಟು ಇತಿಹಾಸ ತಿಳಿದುಕೊಳ್ಳೋಣ. ಅದಕ್ಕೂ ಮೀರಿ ತಿಳಿದುಕೊಳ್ಳುವ ಆಸಕ್ತಿ ನಿಮಗೆ ಚಿಗುರಿದರೆ ವಿಕಿಪೀಡಿಯ, ಗೂಗಲ್, ಯೂಟ್ಯೂಬ್, ಇತರೆ ಆರ್ಕೈವ್ ಹೊಕ್ಕಿದರೆ ಸಾಕು; ನೀವು ಈ ಜೀವನ ಪೂರ್ತಿ ಕೂತು ಓದುವಷ್ಟು ಮಾಹಿತಿ ಸಿಗುತ್ತದೆ.

ನಮಗೆಲ್ಲ ಗೊತ್ತಿರೋ ಹಾಗೆ ಸಿನಿಮಾದ ಪಿತಾಮಹರು ಲ್ಯೂಮಿಯೇರ್ ಸಹೋದರರು. 1895, ಡಿಸೆಂಬರ್ 28 ಪ್ಯಾರಿಸ್‌ನಲ್ಲಿ ಲ್ಯೂಮಿಯೇರ್ ಸಹೋದರರು ಒಂದು ಚಿಕ್ಕ ವಿಡಿಯೋವನ್ನು ಸಾರ್ವಜನಿಕವಾಗಿ ಪ್ರದರ್ಶನ ಮಾಡಿದ್ದರು. ಇದು ನಮಗೆ ಸಿಗುವ ಮೊದಲ ಸ್ಕ್ರೀನಿಂಗ್ ಮಾಹಿತಿ. ಆದರೆ ಅದೇ ವರ್ಷ ನವೆಂಬರ್ ವೇಳೆಯಲ್ಲೇ ಜರ್ಮನ್ ಮೂಲದ ಸ್ಕ್ಲ್ಯಾಂಡಾನೌಸ್ಕ್ಯ ಸಹೋದರರು ತಾವೇ ನಿರ್ಮಿಸಿದ ಬಯೋಸ್ಕೋಪ್ ಮೂಲಕ ಚಲಿಸುವ ಚಿತ್ರಗಳನ್ನ ಬರ್ಲಿನ್‌ನಲ್ಲಿ ಪ್ರದರ್ಶನ ಮಾಡಿದ್ದರು ಎಂದು

ದಾಖಲೆ ಇದೆ. ಆದರೂ ಇವತ್ತಿಗೂ ಸಿನಿಮಾ ಇತಿಹಾಸ ಬಗ್ಗೆ ಕೆದಕಿದರೆ ಅದು ಶುರುವಾಗುವುದೇ ಲ್ಯೂಮಿಯೇರ್ ಸಹೋದರರ ಚಿತ್ರ ಪ್ರದರ್ಶನದಿಂದ. ಸುಮಾರು ಇನ್ನೂರು ಜನರು ತುಂಬಿದ ಆ ಪ್ರದರ್ಶನದಲ್ಲಿ ರೈಲು ಓಡುವ ದೃಶ್ಯ ತೆರೆ ಮೇಲೆ ಬಂದಾಗ ನಿಜಕ್ಕೂ ರೈಲು ಬಂತು ಎಂದು ಜನ ಹೆದರಿ ಹೌಹಾರಿದ ಕಥೆ ಇವತ್ತಿಗೂ ಜನಪ್ರಿಯ. ಅದಕ್ಕೂ ಮುಂಚೆ ಓಡುವ ಕುದುರೆಯ ದೃಶ್ಯದ ಬಗ್ಗೆ ನಿಮಗೆ ಮಾಹಿತಿ ಸಿಗುತ್ತದೆ ಅದು 1870ರ ಇಸವಿಯದು. ಆಮೇಲೆ ಥಾಮಸ್ ಅಲ್ವಾ ಎಡಿಸನ್ ಬಗ್ಗೆ ಕೂಡ ಬರುತ್ತದೆ. ಸದ್ಯ ನಾವು ಅಷ್ಟೆಲ್ಲ ಆಳವಾಗಿ ಇಣುಕುವುದು ಬೇಡ; ಒಂದು ಬೇಸಿಕ್ ಇತಿಹಾಸ ಗೊತ್ತಿರಲಿ ಎಂದಷ್ಟೇ ಇದರ ಬಗ್ಗೆ ಹೇಳುತ್ತಿರುವುದು. ಲ್ಯೂಮಿಯೇರ್ ಬ್ರದರ್ಸ್ ಬಂದ ಮೇಲೆ ಮೈಲ್ಸ್, ಗ್ರಿಫಿತ್, ಕೀಟನ್ನು, ಚಾರ್ಲಿ ಚಾಪ್ಲಿನ್ ಹೀಗೆ ಎಷ್ಟೋ ಜನರ ಹೆಸರು ಬರುತ್ತದೆ. ಅವರ ಬಗ್ಗೆ ಓದುವುದು ಕೂಡ ಅಷ್ಟೇ ಥ್ರಿಲ್ ಕೊಡುತ್ತದೆ. ಸಮಯ ಸಿಕ್ಕರೆ ಅವರ ಬಗ್ಗೆಯೆಲ್ಲ ಒಮ್ಮೆ ಓದಿ.

ಸದ್ಯ ನಾವು ಕಿರುಚಿತ್ರದ ಬಗ್ಗೆ ಮಾತನಾಡುತ್ತಿರುವುದರಿಂದ ಅದಕ್ಕೆ ಮಾತ್ರ ಮೀಸಲಿಟ್ಟು ನೋಡಿ ಹೇಳುವುದಾದರೆ ಸಿನಿಮಾ ಇತಿಹಾಸ ಶುರುವಾಗುವುದೇ ಕಿರುಚಿತ್ರದಿಂದ. ಶುರುವಿನಲ್ಲೇ ಒಂದು ನಿಮಿಷದ ವಿಡಿಯೊಗಳೇ ಪ್ರದರ್ಶನ ಆಗಿದ್ದು, ಜೊತೆಗೆ ದುಡ್ಡು ಮಾಡುವ ಉದ್ದೇಶದಿಂದಲೇ ಇದು ಶುರುವಾಗಿದ್ದು. ಆಮೇಲೆ ಸಿನಿಮಾ ಸೃಜನಶೀಲ ಕ್ರಿಯೆಯಾಗಿ ಕಲೆಯಾಗಿ ಬೆಳೆದು, ಮತ್ತೆ ಕಮರ್ಶಿಯಲ್ ತಿರುವು ಪಡೆದು, ಇವತ್ತಿಗೆ ಸಿನಿಮಾ ಎಂಬುದು ಕಲೆ ಆಗಿ ಗುರುತಿಸುವುದಕ್ಕಿಂತ ಉದ್ಯಮ, ಸಿನಿಮೋದ್ಯಮ ಎಂದೇ ಗುರುತಿಸಲ್ಪಡುವುದು. ಹಾಗೆ ನೋಡಿದರೆ ಈಗ ಎಲ್ಲ ಕಲೆಗಳು ಉದ್ಯಮವೇ ಅಲ್ಲವೇ? ಕೋಟ್ಯಂತರ ಕಾರ್ಮಿಕರನ್ನು ಒಳಗೊಂಡಿದೆ ಈ ಸಿನಿಮೋದ್ಯಮ.

ಇಂತಹ ಒಂದು ದೊಡ್ಡ ಸೃಜನಶೀಲ ಕಲೆ ಮತ್ತು ಉದ್ಯಮ, ಕಲೋದ್ಯಮಕ್ಕೆ ಧುಮುಕುವ ನಿಮಗೆಲ್ಲ ಸ್ವಾಗತ!

ಈಗ ಕಿರುಚಿತ್ರ ಮಾಡಲು ಏನೆಲ್ಲಾ ಬೇಕೆಂದು ನೋಡೋಣ:

1. ಕಥೆ
2. ಚಿತ್ರಕಥೆ
3. ಸ್ಟೋರಿಬೋರ್ಡ್
4. ಪಾತ್ರವರ್ಗ
5. ತಾಂತ್ರಿಕವರ್ಗ
6. ಪ್ರದರ್ಶನ

ಸದ್ಯ ಇಷ್ಟು ತಿಳಿದುಕೊಳ್ಳೋಣ. ಸಿನಿಮಾ ಭಾಷೆಯಲ್ಲಿ ಹೇಳುವುದಾದರೆ ಪ್ರೀ-ಪ್ರೊಡಕ್ಷನ್, ಪ್ರೊಡಕ್ಷನ್ ಮತ್ತು ಪೋಸ್ಟ್-ಪ್ರೊಡಕ್ಷನ್ ಎಂದು ವಿಭಾಗ ಮಾಡಬಹುದು, ಪ್ರೀ-ಪ್ರೊಡಕ್ಷನ್ ಅಂದರೆ ಶೂಟಿಂಗ್‌ಗೆ ಹೋಗುವ ಮೊದಲು, ಅಂದರೆ ಶೂಟಿಂಗ್ ಮುಂಚೆ ನಮಗೆ ಏನೆಲ್ಲಾ ಬೇಕು ಎಂದು. ಕಥೆ ಬೇಕೇಬೇಕು. ಆ ಕಥೆಯನ್ನು ಚಿತ್ರಕಥೆ ಆಗಿಸಬೇಕು (ಚಿತ್ರಕಥೆ ಎಂದರೆ ಇರುವ ಕಥೆಯನ್ನು ದೃಶ್ಯ ಮಾಧ್ಯಮದ ಮೂಲಕ ಹೇಗೆ ಕಟ್ಟಿಕೊಡಬೇಕು ಎನ್ನುವ ಕ್ರಿಯೆ) ಇವೆರಡು ಬರಹದ ದೃಷ್ಟಿಯಿಂದ ಮುಖ್ಯ, ಒಂದು ಗಟ್ಟಿ ಕಥೆ ಮತ್ತು ಅಷ್ಟೇ ಸೂಕ್ತವಾದ ಚಿತ್ರಕಥೆ ಇದ್ದರೆ, ಕಥೆ ಮುಟ್ಟಬೇಕಾದವರಿಗೆ ಮುಟ್ಟಿ, ತಟ್ಟಬೇಕಾದವರಿಗೆ ತಟ್ಟುತ್ತದೆ. ಅಲ್ಬರ್ಟ್ ಹಿಚ್‌ಕಾಕ್ ಒಂದು ಕಡೆ ಹೇಳುತ್ತಾರೆ: ಸಿನಿಮಾಕ್ಕೆ ಬೇಕಿರೋದೇ ಮೂರೇ ಮೂರು ಅದು "ಸ್ಕ್ರಿಪ್ಟ್-ಸ್ಕ್ರಿಪ್ಟ್-ಸ್ಕ್ರಿಪ್ಟ್" ಎಂದು. ಆದ್ದರಿಂದ ನಮ್ಮ ಹತ್ರ ಒಂದು ಕಥೆ ಇದೆ, ಆ ಕಥೆಗೊಂದು ಚಿತ್ರಕಥೆ ಮಾಡಿಕೊಂಡು ಆಗಿದೆ, ಮುಂದೆ ಏನು ಮಾಡೋದು? ಅದನ್ನ ದೃಶ್ಯಗಳಾಗಿ ಕನ್ವರ್ಟ್ ಮಾಡಿಕೊಳ್ಳಬೇಕು. ಅದಕ್ಕೆ ಮುಖ್ಯವಾಗುವುದೇ ಸ್ಟೋರಿಬೋರ್ಡ್.

ಸ್ಟೋರಿಬೋರ್ಡ್ ಅನ್ನೋದು ದೃಶ್ಯಗಳನ್ನು ಚಿತ್ರಗಳಂತೆ ಮಾಡಿಕೊಂಡು ಶೂಟಿಂಗ್ ಮುಂಚೆ ಸಿನಿಮಾ ಹೀಗೆ ಮಾಡಬೇಕೆಂದು ಬರಬೇಕೆಂದು ನಮ್ಮ ರೆಫೆರೆನ್ಸ್‌ಗೆ ಮಾಡಿಕೊಂಡ ಚಿತ್ರಗಳು, ಒಂದು ಸಲ ದೃಶ್ಯಗಳ ಸ್ಟೋರಿಬೋರ್ಡ್ ಸಿದ್ದವಾದ್ರೆ ಅನಂತರ ಸೀನ್ ಡಿವಿಜನ್ ಮಾಡಿಕೊಳ್ಳೋದು ಸುಲಭ.

ತುಂಬಾ ಕನ್‌ಫ್ಯೂಸ್ ಆಗ್ತಾ ಇದ್ರೆ ಒಂದು ಸಣ್ಣ ಕಥೆ ಇಟ್ಟುಕೊಂಡೆ ಶುರು ಮಾಡೋಣ:

ಕಥೆ ಹೀಗಿದೆ ಅಂದುಕೊಳ್ಳಿ

"ಬೆಳಗ್ಗೆ ಅಲಾರಾಂ ಹೊಡೆದುಕೊಳ್ಳುತ್ತದೆ. ನಮ್ಮ ಹೀರೊ ಗೊಣಗುತ್ತ ಎದ್ದು, ಸ್ನಾನ ಮಾಡಿ, ಕಾಫಿ ಕುಡಿದು, ತಿಂಡಿ ತಿಂದು, ಬ್ಯಾಗ್ ಹಿಡಿದು ಓಡುತ್ತಾನೆ. ಬಸ್ ಸಿಗುತ್ತದೆ. ಹತ್ತಿ ಕಿಟಕಿ ಪಕ್ಕ ಕೂತು ಹೊರ ಜಗತ್ತು ನೋಡುತ್ತಾ ಕಾಲೇಜು ನಿಲ್ದಾಣ ಬಂದಾಗ ಎದ್ದೇಳುತ್ತಾನೆ. ಬಸ್‌ಗೆ ಯಾವುದೊ ಬೆಕ್ಕು ಅಡ್ಡ ಬಂದು ಬ್ರೇಕ್ ಬೀಳುತ್ತದೆ. ಹೀರೊನ ಬ್ಯಾಗ್ ಕೆಳಕ್ಕೆ ಬೀಳುತ್ತದೆ. ಬ್ಯಾಗ್ ಎತ್ತಿಕೊಂಡು ಬಸ್ ನಿಲ್ಲಿಸಿದಾಗ ಇಳಿಯುತ್ತಾನೆ. ಕಾಲೇಜ್ ಕಡೆ ಹೋಗುತ್ತಾನೆ. ಅಲ್ಲಿ ಅವರ ಸ್ನೇಹಿತರು ಹಾಯ್ ಅನ್ನುತ್ತಾರೆ. ಇವನು ನಕ್ಕು ಹಾಯ್ ಎನ್ನುತ್ತಾನೆ."

ಇಷ್ಟು ಮಾತ್ರ ಇಟ್ಟುಕೊಳ್ಳೋಣ. ಕಥೆ ಇಷ್ಟೇ. ಇದೆ ಕಥೆಯನ್ನ ನಾವು ಸಿನಿಮಾ ಮಾಡಬೇಕಾದರೆ ಅದನ್ನು ದೃಶ್ಯಗಳಾಗಿ ವಿಂಗಡಿಸುತ್ತೇವೆ. ದೃಶ್ಯಗಳೆಂದರೆ ಸೀನ್‌ಗಳು, ಒಂದು ದೃಶ್ಯ ಅಂದ್ರೆ ಒಂದು ಸ್ಥಳದಲ್ಲಿ ನಡೆಯುವ ವ್ಹಿಜ್ಯುವಲ್ ಕ್ರಿಯೆ, ಇಲ್ಲಿ ಹೀರೋನ ಮಲಗುವ ರೂಮು ಇದೆ. ಅಲ್ಲಿ ನಡೆಯೋದು ಒಂದು ದೃಶ್ಯ. ಅಲ್ಲಿಂದ ಅವನು ಎದ್ದು ಹೋಗೋದು ಒಂದು ದೃಶ್ಯ. ಬಸ್ಸಿನಲ್ಲಿ ಕೂರೋದು ಒಂದು ದೃಶ್ಯ. ಇಳಿದು ಹೋಗೋದು ಒಂದು ದೃಶ್ಯ. ಹೀಗೆ ಕಥೆಯನ್ನ ದೃಶ್ಯಗಳಾಗಿ ಕನ್ವರ್ಟ್ ಮಾಡಿಕೊಂಡರೆ ಅದು ಚಿತ್ರಕಥೆ ಆಗುತ್ತೆ.

ಹೀಗೆ ದೃಶ್ಯಗಳಾಗಿ ಕನ್ವರ್ಟ್ ಮಾಡಿಕೊಂಡಿದ್ದನ್ನ ಬಿಡಿ ಬಿಡಿ ಸ್ತಬ್ದ ಚಿತ್ರ ಅಂದರೆ ದೃಶ್ಯಗಳನ್ನ ಬಿಡಿ ಬಿಡಿ ಚಿತ್ರಗಳ ಮೂಲಕ ಮಿಮಿಕ್ ಮಾಡುವುದೇ ಸ್ಟೋರಿಬೋರ್ಡ್. ಉದಾಹರಣೆಗೆ ಅಲಾರಾಂ ತೋರಿಸೋದು, ಎದ್ದು ಕೂತ ಹೀರೊ... ಹೀಗೆ ನಿರ್ದೇಶಕನ ಕಣ್ಣಲ್ಲಿ ಒಂದು ದೃಶ್ಯ ಹೇಗಿರಬಹುದೆಂದು ಶೂಟಿಂಗ್ ಮಾಡುವ ಮೊದಲೇ ಊಹಿಸಿ ಹೀಗಿರುತ್ತೆ ಎಂದು ಚಿತ್ರಗಳ ಮೂಲಕ ಬರೆದಿಟ್ಟುಕೊಳ್ಳುವುದೇ ಸ್ಟೋರಿಬೋರ್ಡ್.

ಇದಿಷ್ಟು ಪ್ರೀ–ಪ್ರೊಡಕ್ಷನ್ ಆಯಿತು. ಮುಂದಿನ ಹಂತ ಪ್ರೊಡಕ್ಷನ್. ಪ್ರೊಡಕ್ಷನ್ ಅಂದರೆ ನಟರನ್ನ ತಾಂತ್ರಿಕವರ್ಗದವರನ್ನ ಕರೆದುಕೊಂಡು ಹೋಗಿ ಶೂಟ್ ಮಾಡುವುದು.

ಒಂದು ಸಲ ಶೂಟಿಂಗ್ ಮುಗಿಸಿದ ಮೇಲೆ ನಾವು ರೆಕಾರ್ಡ್ ಮಾಡಿದ ಫೂಟೇಜುಗಳಿಗೆ ಸಿನಿಮಾ ಟಚ್ ಕೊಡುವುದೇ ಪೋಸ್ಟ್ ಪ್ರೊಡಕ್ಷನ್; ಅಂದ್ರೆ ಎಡಿಟ್ ಮಾಡೋದು, ಅದಕ್ಕೆ ಸಂಗೀತ ಕೂರಿಸುವುದು, ಎಫೆಕ್ಟ್ಸ್ ಹಾಕೋದು, ಕಲರ್ ಗ್ರೇಡಿಂಗ್ ಮಾಡೋದು, ಡಬ್ಬಿಂಗ್ ಕೊಡುವುದು, ಹೀಗೆ ಎಲ್ಲವನ್ನು ಕೂಡಿಸುತ್ತ ಹೋಗೋದೇ ಪೋಸ್ಟ್ ಪ್ರೊಡಕ್ಷನ್.

ಪೋಸ್ಟ್ ಪ್ರೊಡಕ್ಷನ್ ಮುಗಿದರೆ ಅಲ್ಲಿಗೆ ಸಿನಿಮಾ ರೆಡಿ. ಇನ್ನೇನಿದ್ರೂ ಸಿನಿಮಾ ಪ್ರದರ್ಶನ ಮಾಡೋದಷ್ಟೇ ಬಾಕಿ.

ಇದಿಷ್ಟು ಬೇಸಿಕ್. ಮುಂದಿನ ಅಧ್ಯಾಯಗಳಲ್ಲಿ ಪ್ರತಿಯೊಂದನ್ನು ಇನ್ನು ಡೀಟೇಲ್ ಆಗಿ ತಿಳಿದುಕೊಳ್ಳೋಣ. ಅಷ್ಟು ಹೊತ್ತಿಗೆ ನಿಮ್ಮದೊಂದು ಕಥೆ ರೆಡಿ ಮಾಡಿಕೊಂಡು ಬಿಡಿ.

ಒಂದಾನೊಂದು ಕಾಲದಲ್ಲಿ

"There's always room for a story that can transport people to another place."

—J.K. Rowling

ನಿಮಗೆಲ್ಲ ಈ ಪದಗಳು ನೆನಪಿರುತ್ತೆ "ಒಂದಾನೊಂದು ಕಾಲದಲ್ಲಿ". ಇದು ನಾವೆಲ್ಲ ಕಥೆ ಕೇಳುವ ಕಾಲಕ್ಕೆ ತುಂಬಾ ಬಳಕೆಯಾಗುತ್ತಿದ್ದ ಜನಪ್ರಿಯ ಪದ. ಒಂದಾನೊಂದು ಕಾಲದಲ್ಲಿ ಒಬ್ಬ ರಾಜನಿದ್ದ. ಅವನಿಗೊಬ್ಬಳು ರಾಣಿಯಿದ್ದಳು. ಜೊತೆಗೆ ಮಂತ್ರಿಯಿದ್ದ. ರಾಜ್ಯಕ್ಕೆ ಕುತ್ತು ಬಂತು. ರಾಜ ಹೇಗೆ ಹೋರಾಡಿದ? ಹೇಗೆ ಗೆದ್ದ? ಇದೆ ಕಥೆಗಳು. "ಒಂದಾನೊಂದು ಕಾಲದಲ್ಲಿ..." ಅಷ್ಟೇ ಬೇಕಿದ್ದು, ಆಮೇಲೆ ಕಥೆ ಕಟ್ಟುತ್ತಾ ತಮ್ಮದೇ ಕಲ್ಪನೆಯಲ್ಲಿ ಹೆಣೆಯುತ್ತಾ ಹೋಗುತ್ತಿದ್ದರು. ನಾವೆಲ್ಲ ಮೈಯನ್ನೇ ಕಿವಿಯಾಗಿ ಕೇಳಿಸಿಕೊಳ್ಳುತ್ತಿದ್ದೆವು.

ಸಿನಿಮಾ ಅಂದ್ರೆ ಕಥೆ ಹೇಳುವುದು. ಕಥೆಯನ್ನ ದೃಶ್ಯ ಮಾಧ್ಯಮದ ಮೂಲಕ, ನಟನೆಯ ಮೂಲಕ ಹೇಳುವುದು. 'ಮನುಷ್ಯ ಮನುಷ್ಯರಾಗಲು ಮುಖ್ಯವಾಗಿದ್ದೆ ಕಥೆ' ಎನ್ನುತ್ತಾರೆ ಕಥೆಗಾರ ವಸುಧೇಂದ್ರ. ಕಥೆ ಕಟ್ಟುವ, ಹೆಣೆಯುವ, ಇನ್ನೊಬ್ಬರಿಗೆ ಹೇಳುವ, ಅದನ್ನು ಕೇಳಿಸಿಕೊಳ್ಳುವ ಶಕ್ತಿ ಕೇವಲ ಮನುಷ್ಯರಿಗಷ್ಟೇ ದಕ್ಕಿದೆ. ಅದಕ್ಕೆ ನಾವು ಮಂಗನಿಂದ ಮಾನವನಾಗಿದ್ದೇವೆ. ಬೇರಾವ ಪ್ರಾಣಿಗಳಿಗೂ ಇಂತಹ ಒಂದು ಪವಾಡ ದಕ್ಕಿಲ್ಲ. ಯಾವಾಗ ಮನುಷ್ಯ ಬಂಡೆಗಳ ಮೇಲೆ ಕೆತ್ತನೆ ಮಾಡಿ ಕಥೆ ಹೇಳಲು ಶುರುಮಾಡಿದನೋ ಅಲ್ಲಿಂದಲೇ ನಾಗರೀಕಥೆ ಶುರುವಾಯ್ತು. ಕಲ್ಪಿಸಿಕೊಂಡು ಅವನು ಕಥೆ ಕಟ್ಟುತ್ತಾ ಹೋದಂತೆ ಮೆದುಳು ಕೂಡ ಬೆಳೆಯುತ್ತ ಹೋಯಿತು. ಕಲ್ಪನೆಗಳೇ ನಿಜವಾಗುತ್ತ ಹೋಯಿತು. ಅಲ್ಲೆಲ್ಲೋ ಕೂತ ಅಮೆರಿಕಾದ ಮಗನಿಗೆ ಇಲ್ಲೆಲ್ಲೋ ಕ್ಯಾತಮಾರನಹಳ್ಳಿಲಿ ಕೂತ ಮುದಿ ತಾಯಿ 'ಹೇಗಿದ್ದೀಯ ಮಗ?' ಎಂದು ವಿಡಿಯೋ ಕಾಲ್ ಮಾಡಿದ್ದನ್ನು ನಾವು ಎರಡು ದಶಕಗಳ ಹಿಂದೆ ಹೋಗಿ ನಿಂತು ಯೋಚಿಸಿದರೆ ಅಂತಹುದೊಂದು ಕಲ್ಪನೆ ಸಾಧ್ಯವೇ ಇರದಂತ ಕಲ್ಪನೆ ಅದು. ಇವತ್ತು ಅದು ನಿಜವಾಗಿದೆ. ಅದಕ್ಕೆ ಸೈಫೈ (ವೈಜ್ಞಾನಿಕ) ಕಥೆಗಳ ಕೊಡುಗೆ ಅಷ್ಟಿಷ್ಟಲ್ಲ.

ಸರಿ ಈಗ ನಮ್ಮ ಕಥೆಗೆ ಬರೋಣ; ನಾವಿಲ್ಲಿ ಮಾತಾಡುತ್ತಾ ಇರುವುದು ಸಿನಿಮಾದ ಬಗ್ಗೆ, ಅದರಲ್ಲೂ ಸಣ್ಣ ಸಿನಿಮಾ ಕಿರುಚಿತ್ರದ ಬಗ್ಗೆ, ಕಿರುಚಿತ್ರಕ್ಕೂ ಒಂದು ಕಥೆ ಬೇಕೇ ಬೇಕು. ಸಿನಿಮಾದ ಅವಧಿ ಮೇಲೆ ನಾವು ಕಥೆಯನ್ನು

ನಿರ್ಧಾರ ಮಾಡಬಹುದು. ಒಂದು ನಿಮಿಷದ ಕಿರುಚಿತ್ರಗಳು ಈಗ ತುಂಬಾ ಸಿಗುತ್ತದೆ. ಅದರಲ್ಲಿನ ಕಥೆಗಳನ್ನ ಹಾಗೆ ಸೂಕ್ಷ್ಮವಾಗಿ ಗಮನಿಸಿದರೆ ಒಂದು ನಿಮಿಷಕ್ಕೆ ಎಂತಹ ಕಥೆ ಬೇಕು ಎಂದು ಗೊತ್ತಾಗುತ್ತದೆ. ಒಂದೊಳ್ಳೆ ಉದಾಹರಣೆ ಅಂದರೆ 72 KG ಎಂಬ ಮೂರುವರೆ ನಿಮಿಷದ, ಸ್ಯಾಮ್ ಸಂಗ್ ಮೊಬೈಲಿನಲ್ಲೇ ಶೂಟ್ ಮಾಡಿ ಎಡಿಟ್ ಮಾಡಿರುವ ಕಿರುಚಿತ್ರ. ಪ್ರತಿದಿನ ಬೆಳಗ್ಗೆ ತೂಕ ಚೆಕ್ ಮಾಡಿಕೊಳ್ಳುವ ಒಬ್ಬ ವ್ಯಕ್ತಿ ಆಫೀಸಿಗೆ ಹೋಗುವಾಗ ದಾರಿಯಲ್ಲಿ ಒಬ್ಬ ಭಿಕ್ಷುಕನನ್ನ ನೋಡುತ್ತಾನೆ. ಅವನ ಮುಂದೆ ಕೆಲವೇ ಚಿಲ್ಲರೆಗಳು. ಮರುದಿನ ಆ ಭಿಕ್ಷುಕನ ಮುಂದೆ ಇವನು ಉಪಯೋಗಿಸುತ್ತಿದ್ದ ತೂಕ ಚೆಕ್ ಮಾಡುವ ಮಶಿನ್ ಇಡುತ್ತಾನೆ. ರೋಡಿನಲ್ಲಿ ಓಡಾಡುವ ಜನರು ತೂಕ ಚೆಕ್ ಮಾಡಿಕೊಂಡು ದುಡ್ಡು ಕೊಟ್ಟು ಹೋಗುತ್ತಾರೆ. ಇಷ್ಟೇ ಕಥೆ, ಈ ಚಿಕ್ಕ ಕಥೆ ಮೂರುವರೆ ನಿಮಿಷದ ಕಿರುಚಿತ್ರ; ಎಷ್ಟು ಪವರ್ ಫುಲ್ ಸಂದೇಶ ಕೊಡುತ್ತದೆ ಅಲ್ಲವಾ?

ಯಾವ ಅವಧಿಯಲ್ಲಿ ನೀವು ಕಿರುಚಿತ್ರ ಮಾಡಬೇಕು ಅಂದುಕೊಂಡಿದ್ದೀರೋ ಅದಕ್ಕೆ ಸೂಕ್ತವಾದ ಕಥೆ ಆಯ್ದುಕೊಳ್ಳಿ.

ಸರಿ, ಕಥೆ ಅಂದರೇನು? ಕಥೆ ಅಂದರೆ ಅಲ್ಲೊಂದು ಪಾತ್ರ; ಪಾತ್ರಕ್ಕೊಂದು ಪರಿಸರ, ಆ ಪಾತ್ರಕ್ಕೆ ಎದುರಾಗುವ ತೊಂದರೆ, ಅದನ್ನು ಆ ಪಾತ್ರ ಹೇಗೆ ಎದುರಿಸುತ್ತದೆ ಅನ್ನೋದೇ ಕಥೆ; ಇಷ್ಟೇ. ಎಲ್ಲ ಸಿನಿಮಾಗಳಲ್ಲೂ ಇದೆ ಅಲ್ವ? ಇದನ್ನು ಬಿಟ್ಟು ಬೇರೆ ಏನು ಹೇಳಲು ಸಾಧ್ಯ? ಈ ಕಥೆಗಳನ್ನು ನೀವೇ ಸ್ವತಃ ಕೂತು ಬರೆಯಬಹುದು. ಇಲ್ಲ ಯಾರೋ ಬರೆದ ಕಥೆಯನ್ನು ತೆಗೆದುಕೊಳ್ಳಬಹುದು. ನೀವೇ ಬರೆಯುವುದಾಗಿದ್ದರೆ ನೀವು ಸ್ವತಃ ಅನುಭವಿಸಿದ ಅನುಭವವನ್ನು ಕಥೆಯಾಗಿ ಬರೆಯಬಹುದು ಅಥವಾ ನಿಮ್ಮ ಅಕ್ಕಪಕ್ಕ ನಡೆದ ಕಥೆಗಳನ್ನು ಬರೆಯಬಹುದು. ಇಲ್ಲ ನನಗೆ ಕಥೆ ಬರೆಯಕ್ಕೆ ಆಗುವುದಿಲ್ಲ ಎಂದಾಗ ಈಗಾಗಲೇ ಬರೆದಿರುವ ಕಥೆಗಳನ್ನು, ಓದಿರುವ ಕಥೆಗಳನ್ನು ನಿಮ್ಮ ಸಿನಿಮಾಕ್ಕೆ ಅಳವಡಿಸಿಕೊಳ್ಳಬಹುದು. ಕನ್ನಡದಲ್ಲಿ ಸಣ್ಣಕಥೆ ಪ್ರಕಾರ ಅತ್ಯಂತ ಶ್ರೀಮಂತವಾದ ಸಾಹಿತ್ಯ ಪ್ರಕಾರ. ಹುಡುಕಿದರೆ ಸಾವಿರ ಅದ್ಭುತ ಕಥೆಗಳು ಸಿಗುತ್ತವೆ. ಈ ಅಧ್ಯಾಯದ ಅಂತ್ಯದಲ್ಲಿ ಒಂದಷ್ಟು ಪುಸ್ತಕಗಳನ್ನು, ನನ್ನನ್ನು ಕಾಡಿದ ಕಥೆಗಳನ್ನು ಹೇಳುವೆ.

ಈಗ ನೀವು ಕಥೆ ಬರೆಯಲು ಕೂತಿದ್ದೀರ ಅಥವಾ ಈಗಾಗಲೇ ಕಥೆ ನಿಮಗೆ ಸಿಕ್ಕಿದೆ ಅಂದುಕೊಳ್ಳೋಣ. ಕಥೆಯ ಮುಖ್ಯ ಪಾತ್ರ ಯಾವುದು ಗುರುತಿಸಿಕೊಳ್ಳಿ. ನಾಯಕ ಪ್ರಧಾನ ಚಿತ್ರ, ನಾಯಕಿ ಪ್ರಧಾನ ಚಿತ್ರ... ಹೀಗೆ. ನಿಮ್ಮ ಮುಖ್ಯ ಪಾತ್ರಧಾರಿ ಯಾರು ನೋಡಿಕೊಳ್ಳಿ. ಯಾಕೆ ಅಂದರೆ ಒಂದು ಕಥೆಯನ್ನ ಕಿರುಚಿತ್ರ ಮಾಡುತ್ತಿದ್ದೀರ ಅಂದರೆ ಅದನ್ನು ಎಷ್ಟು ಸಾಧ್ಯವೋ ಅಷ್ಟು

ಪರಿಣಾಮಕಾರಿಯಾಗಿ ದಾಟಿಸಬೇಕು. ನೀವು ಕಟ್ಟಿಕೊಡುತ್ತಿರುವ ಪಾತ್ರ ಅದು ತನ್ನದೇ ಏನೋ ಅಥವಾ ತನ್ನ ಅಕ್ಕಪಕ್ಕದಲ್ಲಿ ಬದುಕುತ್ತಿರುವ ಪಾತ್ರವೇನೋ ಅನಿಸುವಷ್ಟರ ಮಟ್ಟಿಗೆ ಕಟ್ಟಿಕೊಡಬೇಕು. ಅಲ್ಲಿಗೆ ನಿಮ್ಮ ಕಿರುಚಿತ್ರ ಸಾರ್ಥಕ.

ಹಾಗಾದರೆ ಪಾತ್ರ ಕಟ್ಟೋದು ಹೇಗೆ? ತುಂಬಾ ಸುಲಭ. ನೀವು ನೋಡಿದ ಪಾತ್ರ ಆಗಿದ್ದರೆ ಎಷ್ಟು ಸಾಧ್ಯವೋ ಅಷ್ಟು ಸೂಕ್ಷ್ಮ ರೀತಿಯಲ್ಲಿ ಕಟ್ಟಿಕೊಡಿ. ಪಾತ್ರದ ಹೇರ್‌ಸ್ಟೈಲ್ ಹೇಗಿತ್ತು, ನಡೆಯುವಾಗ ಹೇಗೆ ನಡೆಯುತ್ತಿತ್ತು, ಮಾತಿನ ರೀತಿ ಲಯ ಹೇಗಿತ್ತು, ಯಾವ ತರದ ಬಟ್ಟೆಗಳನ್ನು ಹಾಕುತ್ತಿತ್ತು... ಇದಿಷ್ಟು ಮೇಲಿನ ಅಂಶಗಳಾದರೆ ಆ ಪಾತ್ರದ ಆದರ್ಶಗಳು ಏನಿತ್ತು, ಕನಸುಗಳು ಏನಿತ್ತು, ಆ ಪಾತ್ರ ಎದುರಿಸುತ್ತಿದ್ದ ಸವಾಲು ಎಂಥವು... ಇದನ್ನೆಲ್ಲಾ ಪಟ್ಟಿಮಾಡಿಕೊಂಡು ತೆರೆ ಮೇಲೆ ತರಲು ಪ್ರಯತ್ನಿಸಿ. ಪ್ರತಿಯೊಂದನ್ನು ಡೀಟೇಲಾಗಿ ಬರೆದಿಟ್ಟುಕೊಂಡಷ್ಟು ಒಳ್ಳೆಯದು.

ಪಾತ್ರದ ನಂತರ ಬರೋದು ಪರಿಸರ, ಅಂದರೆ ಆ ಪಾತ್ರ ಎಲ್ಲಿ ಜೀವಿಸುತ್ತಿತ್ತು, ಶ್ರೀಮಂತರು ವಾಸಿಸುವ ಬಂಗಲೆಯ? ಇಲ್ಲ ಸ್ಲಮ್ಮಾ? ವಠಾರವ? ಅಪಾರ್ಟ್‌ಮೆಂಟಾ? ನಗರವ? ಹಳ್ಳಿಯ? ಹೀಗೆ ಆ ಪಾತ್ರ ಬದುಕುತ್ತಿದ್ದ ಪರಿಸರ ನಿಮಗೆ ಗೊತ್ತಿರಬೇಕು. ನಿಮ್ಮ ಪಾತ್ರ ಶ್ರೀಮಂತನ ಮಗ ಆಗಿದ್ದು ಅವನನ್ನು ಸ್ಲಮ್‌ನಲಿ, ವಠಾರದಲ್ಲಿ ತೋರಿಸಿದರೆ ಅದು ಅಷ್ಟು ಸಲೀಸಾಗಿ ವೀಕ್ಷಕರಿಗೆ ದಾಟುವುದಿಲ್ಲ; ಆಭಾಸವಾಗುತ್ತದೆ. ಹಾಗಾಗಿ ಪರಿಸರದ ವಿವರ ತುಂಬಾ ಮುಖ್ಯ. ಆ ಪರಿಸರದಲ್ಲಿ ನಿಮ್ಮ ಪಾತ್ರಗಳು ಅಲ್ಲದೆ ಪಾತ್ರಗಳ ಪಕ್ಕ ಬದುಕುವ ಇತರೆ ಪಾತ್ರಗಳ ರೀತಿಯೂ ನಿಮಗೆ ಗೊತ್ತಿರಬೇಕು. ಯಾಕೆಂದರೆ ಒಂದೊಂದು ಪ್ರದೇಶಕ್ಕೆ, ಒಂದೊಂದು ನೆಲಕ್ಕೆ ಅದರದೇ ಆದ ಸಂಸ್ಕೃತಿ, ಆಚರಣೆ, ಆಡುವ ಭಾಷೆ, ಉಡುಗೆ, ಆಹಾರ ಪದ್ಧತಿ ಇರುತ್ತದೆ. ಅವೆಲ್ಲದರ ಅರಿವು ಇರಲೇಬೇಕು. ಅದನ್ನು ತೆರೆ ಮೇಲೆ ತರುವಾಗ ಎಷ್ಟರ ಮಟ್ಟಿಗೆ ತರುತ್ತೀರಾ, ಬಿಡುತ್ತೀರಾ ಅದು ನಿಮಗೆ ಬಿಟ್ಟಿದ್ದು. ಆದರೆ ಅದರ ಅರಿವಂತೂ ಇರಲೇಬೇಕು. ಅದನ್ನೆಲ್ಲ ಬರೆದುಕೊಂಡರೆ ಇನ್ನು ಒಳ್ಳೆಯದು.

ಪಾತ್ರ ಮತ್ತು ಪರಿಸರ ಇದು ಸೆಟಪ್ ಬಗ್ಗೆ ಆಯಿತು. ಅಂದರೆ ಅದೊಂದು ಪೀಠಿಕೆ, ನಿಮ್ಮ ಕಥೆಗೆ ಇಂತಹ ಪಾತ್ರ ಇಂತ ಪರಿಸರದಲ್ಲಿ ಬದುಕುತ್ತಿತ್ತು ಎಂದು ಶುರುಮಾಡುತ್ತೀರಿ. ಮುಂದಿನ ಹಂತ ತನ್ನ ಪಾಡಿಗೆ ತಾನು ಇರುವ ನಿಮ್ಮ ಪಾತ್ರಕ್ಕೆ ಒದಗಿ ಬರುವ ತೊಂದರೆ; ಅದನ್ನ conflict ಅನ್ನುತ್ತಾರೆ. Confrontation ಕೂಡ ಅನ್ನುತ್ತಾರೆ. ಇಲ್ಲಿ ಇನ್ನೊಂದಷ್ಟು ವಿಷಯ ತಿಳಿದುಕೊಂಡುಬಿಡೋಣ. ಈ ತೊಂದರೆ ಅಥವಾ ಸಂಘರ್ಷವನ್ನು ಮುಖ್ಯವಾಗಿ ನಾಲ್ಕು ಭಾಗಗಳಾಗಿ ಮಾಡಿಕೊಂಡಿದ್ದಾರೆ. ಅದರಲ್ಲಿ ನಿಮ್ಮ ಪಾತ್ರ ಎದುರಿಸುವ ಸಂಘರ್ಷ ಯಾವುದು? ಎಂದು ನೀವು ಕಂಡುಕೊಳ್ಳಬಹುದು.

1. ಮನುಷ್ಯ ಮತ್ತು ಮನುಷ್ಯನ ನಡುವಿನ ಸಂಘರ್ಷ
2. ಮನುಷ್ಯ ಮತ್ತು ಪ್ರಕೃತಿ ನಡುವಿನ ಸಂಘರ್ಷ
3. ಮನುಷ್ಯ ಮತ್ತು ತನ್ನೊಳಗಿನ ವಿರುದ್ಧ ನಡೆಯುವ ಸಂಘರ್ಷ
4. ಮನುಷ್ಯ ಮತ್ತು ಸಮಾಜದ ನಡುವೆ ನಡೆಯುವ ಸಂಘರ್ಷ

1. ಮನುಷ್ಯ ಮತ್ತು ಮನುಷ್ಯನ ನಡುವಿನ ಸಂಘರ್ಷ

ಇದು ತುಂಬಾ ಸುಲಭವಾದ ಮತ್ತು ಜಾಸ್ತಿ ಬಳಸುವ ರೀತಿ. ಒಬ್ಬ ನಾಯಕ, ಅವನಿಗೆ ತೊಂದರೆ ಕೊಡುವ ಮತ್ತೊಬ್ಬ ಮನುಷ್ಯ ಅವನನ್ನು ವ್ಹಿಲ್ಲನ್ ಅಥವಾ ಖಳನಾಯಕ ಅಂತ ನಾವು ಕರೆಯೋದು, ಸಿನಿಮಾ ಇತಿಹಾಸದಲ್ಲೇ ತುಂಬಾ ಜಾಸ್ತಿ ಬಳಕೆಯಾಗಿರುವ ಸಂಘರ್ಷ. ಖಳನಾಯಕ ಕೊಡುವ ತೊಂದರೆಯಿಂದ ತಪ್ಪಿಸಿಕೊಳ್ಳಲು ನಾಯಕ ತನ್ನ ಶಕ್ತಿ ಮತ್ತು ಯುಕ್ತಿ ಬಳಸಿ, ಕೊನೆಗೆ ಅವನಿಗಿಂತ ಶಕ್ತಿ ಮತ್ತು ಯುಕ್ತಿ ಇರುವ ಖಳನಾಯಕನ್ನು ಸದೆ ಬಡಿಯುತ್ತಾನೆ. ಉದಾಹರಣೆ ಕೆ.ಜಿ.ಎಫ್ ಅಂದುಕೊಳ್ಳಿ, ಸಂಪತ್ತಿಗೆ ಸವಾಲ್ ಅಂದುಕೊಂಡರೂ ಸರಿ.

2. ಮನುಷ್ಯ ಮತ್ತು ಪ್ರಕೃತಿಯ ನಡುವಿನ ಸಂಘರ್ಷ

ಇಲ್ಲಿ ಮನುಷ್ಯನ ತೊಂದರೆಗೆ ಮುಖ್ಯ ಕಾರಣ ಪ್ರಕೃತಿ. ಪ್ರಕೃತಿ ತಂದೊಡ್ಡುವ ತೊಂದರೆಗಳನ್ನು ಮನುಷ್ಯ ಹೇಗೆ ನಿವಾರಿಸಿ ನಿಲ್ಲುತ್ತಾನೆ ಎನ್ನುವುದು ಇಲ್ಲಿ ಮುಖ್ಯ. ಹರಿವ ಪ್ರವಾಹಕ್ಕೆ ಸಿಕ್ಕಿದ ಹುಡುಗ ಅದರಿಂದ ಹೊರಬರುವ ಕಥೆ ಆಗಬಹುದು, ಕಾಡಿನಲ್ಲಿ ಕಳೆದುಹೋದವ ಮತ್ತೆ ಕಾಡಿನಿಂದ ಹೊರ ಬರುವ ಕಥೆ ಆಗಬಹುದು. ಹಾಲಿವುಡ್‌ನಲ್ಲಿ ಈ ತರದ ತುಂಬಾ ಕಥೆಗಳು ಸಿನಿಮಾಗಳು ಬಂದಿವೆ; ನಮ್ಮಲ್ಲಿ ಕಮ್ಮಿ. ದ್ವೀಪ ಮತ್ತು ಚಿಗುರಿದ ಕನಸು ಒಂದೊಳ್ಳೆ ಉದಾಹರಣೆ ಇದಕ್ಕೆ. ಹಾಲಿವುಡ್‌ನಲ್ಲಿ ತುಂಬಾ ಸಿನಿಮಾಗಳು ಸಿಗುತ್ತವೆ. ಇತ್ತೀಚೆಗೆ ಬಂದ ಥಾಯ್‌ಲ್ಯಾಂಡ್‌ನ '13 ಲೈವ್ಸ್' ಚಿತ್ರ ಇದಕ್ಕೆ ಮತ್ತೊಂದು ಉದಾಹರಣೆ. 2000ದಲ್ಲಿ ಬಂದ 'ಕ್ಯಾಸ್ಟ್ ಅವೆ' ಈ ರೀತಿಯ ಚಿತ್ರಕ್ಕೆ ಕ್ಲಾಸಿಕ್ ಉದಾಹರಣೆ.

3. ಮನುಷ್ಯ ಮತ್ತು ತನ್ನೊಳಗಿನ ವಿರುದ್ಧ ನಡೆಯುವ ಸಂಘರ್ಷ

ಮನುಷ್ಯ ತನ್ನದೇ ಸಮಸ್ಯೆಗಳಿಂದ ಹೊರಬರುವ ಕಥೆ. ಮುಖ್ಯ ಪಾತ್ರ ದೈಹಿಕ ಅಥವಾ ಮಾನಸಿಕ ನ್ಯೂನತೆ ಇಂದ ಹೊರಬರುವ ಕಥೆ ಇದಾಗುತ್ತದೆ. ಒಬ್ಬ ಕುರುಡ ಅಥವಾ ಕಿವುಡ ಅಥವಾ ಮಾತೇ ಬಾರದ ಪಾತ್ರ ಹೇಗೆ ದೈಹಿಕ

ನ್ಯೂನತೆ ಇದ್ದರು ಬದುಕಬಲ್ಲ ಎಂಬ ಕಥೆ ಇಲ್ಲಿ ಸಿಗುತ್ತದೆ. ಬರೀ ದೈಹಿಕ ಅಲ್ಲ; ಮಾನಸಿಕವಾಗಿಯೂ ಕೂಡ. 'ಏಳುಸುತ್ತಿನ ಕೋಟೆ' ಸಿನಿಮಾದಲ್ಲಿ ನಾಯಕ ಒಬ್ಬ ಶ್ರೀಮಂತನನ್ನು ಕೊಂದು ಪೊಲೀಸ್‌ಗೆ ಸಿಗದೇ ಯಾವ ಸಾಕ್ಷಿ ಉಳಿಸದೆ ಬಚಾವಾಗಿರುತ್ತಾನೆ. ಆದರೆ ತಾನು ಮಾಡಿದ ಕೊಲೆಯ ಪಶ್ಚಾತ್ತಾಪ ಮತ್ತು ಆತ್ಮಸಾಕ್ಷಿಯಿಂದ ಹೊರಗೆ ಬರಲು ಒದ್ದಾಡಿ ಕೊನೆಗೆ ತಾನೇ ಸರೆಂಡರ್ ಆಗುತ್ತಾನೆ. ಹಾಲಿವುಡ್ಡಿನ 'ಫೈಟ್ ಕ್ಲಬ್' ಇದಕ್ಕೆ ಒಂದು ಬೆಸ್ಟ್ ಕ್ಲಾಸಿಕ್ ಉದಾಹರಣೆ. ತನ್ನ ಮನಸ್ಸಾಕ್ಷಿಯೇ ಅವನಿಗೆ ಗೆಳೆಯನಾಗಿ ಕುಸಿದು ಬೀಳುತ್ತಿರುವ ಮುಖ್ಯ ಪಾತ್ರಧಾರಿಯನ್ನ ಮೇಲೆತ್ತುವ ಅದ್ಭುತ ಕಥೆ ಅದರಲ್ಲಿದೆ. ಬಾಲಿವುಡ್ಡಿನ 'ಕಾರ್ತಿಕ್ ಕಾಲಿಂಗ್ ಕಾರ್ತಿಕ್' ಕೂಡ ಒಂದು ಒಳ್ಳೆಯ ಉದಾಹರಣೆ.

4. ಮನುಷ್ಯ ಮತ್ತು ಸಮಾಜದ ನಡುವೆ ನಡೆಯುವ ಸಂಘರ್ಷ

ಮನುಷ್ಯ ತನ್ನ ಸಮಾಜದ ಕಟ್ಟುಪಾಡುಗಳಿಂದ ಕುಸಿದು ಸಮಾಜದ ದುಷ್ಟತನಕ್ಕೆ ಬಲಿಯಾಗಿ ಅದರಿಂದ ಸಿಡಿದು ಎದ್ದು ನಿಲ್ಲುವ ಕಥೆ ಇಲ್ಲಿರುತ್ತದೆ. 'ಜಾನ್ ಕ್ಯೂ' ಎಂಬ ಹಾಲಿವುಡ್ ಸಿನಿಮಾ ಒಳ್ಳೆಯ ಉದಾಹರಣೆ. ಕನ್ನಡದ 'ನಾಯಿ ನೆರಳು' ಕೂಡ. 2005ರಲ್ಲಿ ಬಿಡುಗಡೆ ಆದ 'ವಾಟರ್' ಸಿನಿಮಾ 1938ರ ಸಮಯದಲ್ಲಿನ ವಿಧವೆಯರ ಸ್ಥಿತಿ ಗತಿಯನ್ನು ಅದ್ಭುತವಾಗಿ ಸೆರೆ ಹಿಡಿದಿರುವ ಸಿನಿಮಾ. ಸಮಾಜದ ಪದ್ಧತಿಗಳು, ಅನಿಷ್ಟಗಳು, ಸಮಾಜದಿಂದ ಮನುಷ್ಯನಿಗೆ ಆಗುವ ತೊಂದರೆ ಬಗ್ಗೆ ಇಲ್ಲಿ ಕಾಣಬಹುದು. ಇಲ್ಲಿ ಮುಖ್ಯ ಪಾತ್ರಧಾರಿ ಇದೆಲ್ಲದರ ವಿರುದ್ಧ ಗೆದ್ದು ಬರಬಹುದು, ಸೋಲಲೂಬಹುದು, ಅದು ಕಥೆ ಮತ್ತು ನಿರ್ದೇಶಕನಿಗೆ ಬಿಟ್ಟಿದ್ದು.

ಇವಿಷ್ಟು ಕಥೆಯಲ್ಲಿ ಬರುವ ಸಂಘರ್ಷದ ವಿಧಗಳು. ನೀವು ಬರೆಯುವ ಅಥವಾ ಆರಿಸಿಕೊಂಡಿರುವ ಕಥೆಯಲ್ಲಿ ಯಾವ ವಿಧದ ಸಂಘರ್ಷ ಇರಬೇಕು ಅಥವಾ ಇದೆ ಎಂದು ನಿಮಗೆ ಗೊತ್ತಿದ್ದರೆ ಒಳ್ಳೆಯದು.

ಕೆಲವು ಕಥೆಗಳಲ್ಲಿ ಬರೀ ಒಂದೇ ತರದ ಸಂಘರ್ಷ ಇಲ್ಲದೆ ಎರಡು ಮೂರು ತರದ ಸಂಘರ್ಷಗಳು ಕೂಡ ಇರಬಹುದು. ಉದಾಹರಣೆಗೆ, 'ಚಿಗುರಿದ ಕನಸು' ಸಿನಿಮಾದಲ್ಲಿ ನಾಯಕ ನಗರದ ಸಹವಾಸ ಸಾಕು ಎಂದು ತನ್ನನ್ನು ಕಾಡುತ್ತಿರುವ ತಾನು ಹುಟ್ಟಿದ ಜಾಗಕ್ಕೆ ಮರಳುತ್ತಾನೆ. ಮೊದಲಿಗೆ ಇದು ನಾಯಕ ತನ್ನ ವಿರುದ್ಧವೇ ಸೆಣಸಾಡುವ ಸಂಘರ್ಷ ಕಾಣುತ್ತದೆ. ಅಲ್ಲಿಂದ ಅವನು ಸಿಟಿಯಿಂದ ತನ್ನ ಹುಟ್ಟೂರಿಗೆ ಹೋಗಿ ಅಲ್ಲಿ ವ್ಯವಸಾಯ ಮಾಡಲು ಒದ್ದಾಡುವನು. ಅದು ಪ್ರಕೃತಿ ವಿರುದ್ಧ ಹೋರಾಟ, ಮನುಷ್ಯ ಪ್ರಕೃತಿ ನಡುವಿನ ಸಂಘರ್ಷ ಇಲ್ಲಿ ಸಿಗುತ್ತೆ. ಹೀಗೆ ತನ್ನ ಹುಟ್ಟೂರಿನಲ್ಲಿ

ಬದುಕಲು ಒದ್ದಾಡುವಾಗ ಅವನನ್ನು ಕಾಡುವ ಅವನಿಗೆ ತೊಂದರೆ ಕೊಡುವ ಪಾತ್ರ ಕೂಡ ಬರುತ್ತೆ. ಅವನ ವಿರುದ್ಧ ಈಗ ನಾಯಕನ ಹೋರಾಟ ಶುರು ಆಗುತ್ತದೆ. ಅಂದರೆ ಮನುಷ್ಯ ಮನುಷ್ಯನ ನಡುವಿನ ಸಂಘರ್ಷವಾಗುತ್ತದೆ. ಹೀಗೆ ಈ ಸಿನಿಮಾದಲ್ಲಿ ಎಲ್ಲ ತರದ ಸಂಘರ್ಷ ನಾವು ಕಾಣಬಹುದು. ನಿಮ್ಮ ಕಥೆಯಲ್ಲಿ ಒಂದೇ ತರದ ಸಂಘರ್ಷ ಇರಬೇಕು ಎಂಬ ಕಾನೂನಿಲ್ಲ. ನಿಮ್ಮ ಕಥೆಯ ಪರಿಮಿತಿಯಲ್ಲಿ ನಿಮಗೆ ಅನಿಸಿದ ಸಂಘರ್ಷ ನೀವು ತರಬಹುದು. ಜಾಸ್ತಿ ಸಂಘರ್ಷ ಇದ್ದಷ್ಟು ಜಾಸ್ತಿ ಸವಾಲು. ಮತ್ತೆ ಕಥೆ ಗಟ್ಟಿಯಾಗುತ್ತದೆ. ಹಾಗಂತ ಜಾಸ್ತಿ ಸಂಘರ್ಷ ಇಡಲು ಹೋಗಿ ಇಡೀ ಕಥೆ ಅಸ್ತವ್ಯಸ್ತ ಆಗುವುದು ಕೂಡ ಒಳ್ಳೆಯದಲ್ಲ. ಶುರುವಿನಲ್ಲಿ ಆದಷ್ಟು ಒಂದೇ ಬಗೆಯ ಸಂಘರ್ಷ ಇಟ್ಟುಕೊಳ್ಳಿ ಸಾಕು.

ಅಲ್ಲಿಗೆ ನಾವು ಕಥೆ ಎಂದರೇನು, ಕಥೆಯಲ್ಲಿ ಬರುವ ಪಾತ್ರ ಪರಿಸರ ಮತ್ತು ಸಂಘರ್ಷದ ಬಗ್ಗೆ ತಿಳಿದುಕೊಂಡ್ವಿ. ಈಗ ಕಥೆಯ ತುಂಬಾ ಮುಖ್ಯವಾದ ಭಾಗಕ್ಕೆ ಬರೋಣ. ಅದೇ ಮುಖ್ಯ ಪಾತ್ರ ಸಂಘರ್ಷದ ವಿರುದ್ಧ ಹೇಗೆ ಹೊಡೆದಾಡಿ ನಿರ್ಣಾಯಕ ಹಂತ ತಲುಪುತ್ತದೆ ಎಂಬುದು ಅಂತ್ಯ ಭಾಗ. ಸಿನಿಮಾ ಭಾಷೆಯಲ್ಲಿ ಹೇಳೋದಾದರೆ ಕ್ಲೈಮ್ಯಾಕ್ಸ್.

ಎಷ್ಟೋ ಸಿನಿಮಾಗಳಲ್ಲಿ ಎಲ್ಲವು ಚೆನ್ನಾಗಿದ್ದು ಕ್ಲೈಮ್ಯಾಕ್ಸ್‌ನಲ್ಲಿ ಎಡವಿಬಿಡುತ್ತಾರೆ. ಅಲ್ಲಿವರೆಗೂ ಸಿನಿಮಾದಲ್ಲಿ ಮುಳುಗಿಹೋದ ಪ್ರೇಕ್ಷಕ ಕೊನೆಯಲ್ಲಿ "ಛೆ ಕ್ಲೈಮ್ಯಾಕ್ಸ್ ಸ್ವಲ್ಪ ಹಾಗಿರಬೇಕಿತ್ತು, ಹೀಗಿರಬೇಕಿತ್ತು" ಎಂದು ಎದ್ದು ಹೋಗುತ್ತಾನೆ. ಇದು ಕಥೆಯಲ್ಲಿ ತುಂಬಾ ಸವಾಲಾದ ಭಾಗ. ಸಿನಿಮಾ ಮುಗಿಸಿ ಹೊರ ಹೋಗುವವನಿಗೆ ಮುಖ್ಯವಾಗಿ ಕಾಡುವುದೇ ಕ್ಲೈಮ್ಯಾಕ್ಸ್, ಅದೇ ನಿಮ್ಮ ಕಥೆಯನ್ನು ಅವನಿಗೆ ಅತ್ಯಂತ ಪರಿಣಾಮಕಾರಿಯಾಗಿ ದಾಟಿಸುವುದು. ಬಂಗಾರದ ಮನುಷ್ಯ ಸಿನಿಮಾದಲ್ಲಿ ಅಣ್ಣಾವ್ರು ಕೊನೆಯಲ್ಲಿ ಊಟ ಮಾಡುತ್ತಾ ಕೂತಿರುತ್ತಾರೆ. ಅದಕ್ಕೆ ಕೊಂಕು ನುಡಿದಾಗ ಅಣ್ಣಾವ್ರು ಚಪ್ಪಲಿಯನ್ನು ಕೂಡ ಬಿಟ್ಟು ಎದ್ದು ಹೋಗುತ್ತಾರೆ. ಹೊರಗೆ ಸೂರ್ಯಾಸ್ತವಾಗುತ್ತದೆ. ಎಂಥ ಅದ್ಭುತ ಕ್ಲೈಮ್ಯಾಕ್ಸ್ ಅದು! ಇಡೀ ಜೀವನವನ್ನ ತನ್ನವರಿಗಾಗಿ ದುಡಿದು ಬೆಳೆದು ಎಲ್ಲರನ್ನು ಬೆಳಿಸಿದ ನಾಯಕನಿಗೆ ಕೊನೆಯಲ್ಲಿ ಯಾರು ನನ್ನವರಲ್ಲ ಎಂದು ಅರಿವಾಗಿ ಮತ್ತೆ ಬೇರೆ ಭೂಮಿಯನ್ನು ಅರಸಿ ಹೋಗುತ್ತಾನೆ. ತುಂಬಾ ಗಾಢ ಭಾವದ ಕ್ಲೈಮ್ಯಾಕ್ಸ್ ಅದು. ಹೆಚ್ಚು ಕಮ್ಮಿ ಎಲ್ಲ ಸಿನಿಮಾಗಳಲ್ಲಿ ಕ್ಲೈಮ್ಯಾಕ್ಸ್ ಇರೋದು ಹೊಡೆದಾಟದಲ್ಲಿ. ನಾಯಕ ಖಳನಾಯಕನ ಮಧ್ಯೆ ನಡೆಯುವ ದೊಡ್ಡ ಫೈಟಿಂಗ್.

ಹಾಗಾಗಿ ನೀವು ಕಥೆ ಕಟ್ಟುವಾಗ ಕ್ಲೈಮ್ಯಾಕ್ಸ್‌ನ ಎಲ್ಲ ಸಾಧ್ಯತೆಗಳನ್ನ ಗಮನಿಸಿ, ನಿಮ್ಮ ಕಥೆಯ ಪಾಲಿಗೂ ಮತ್ತೆ ನೋಡುವವರ ದೃಷ್ಟಿಯಿಂದ

ಯಾವ ಕ್ಲೈಮ್ಯಾಕ್ಸ್ ಬೆಸ್ಟ್ ಎಂದು ನೀವೇ ಗುರುತಿಸಿಕೊಳ್ಳಿ. ಸಾಧ್ಯವಾದರೆ ಒಂದಿಬ್ಬರಿಗೆ ಅದನ್ನು ತಿಳಿಸಿ ಅವರ ಪ್ರತಿಕ್ರಿಯೆ ನೋಡಿ. ನಿಮ್ಮ ಕಥೆಯ ಕ್ಲೈಮ್ಯಾಕ್ಸ್ ಇಡೀ ಕಥೆಯ ಆಶಯವನ್ನ ನೋಡುಗರಿಗೆ ದಾಟಿಸುವಷ್ಟು ಪ್ರಬಲವಾಗಿರಬೇಕು.

ಹಾಲುಜೇನು ಸಿನಿಮಾದ ಕ್ಲೈಮ್ಯಾಕ್ಸ್ ಅನ್ನು ಈಗಲೂ ನೋಡುವಾಗ ನನ್ನ ಕಣ್ಣು ಮಂಜಾಗುತ್ತದೆ. ಅಳು ನಿಲ್ಲಿಸಲು ಅಸಾಧ್ಯ. ಅದು ನಾನು ನೋಡಿದ ಬೆಸ್ಟ್ ಕ್ಲೈಮ್ಯಾಕ್ಸ್. ಎಲ್ಲರ ಅಭಿರುಚಿಗಳು ಒಂದೇ ತರ ಇರುವುದಿಲ್ಲ. ನಿಮ್ಮ ಅಭಿರುಚಿಗೆ, ನಿಮ್ಮ ಕಥೆಗೆ ಬೆಸ್ಟ್ ಅನಿಸುವ ಕ್ಲೈಮ್ಯಾಕ್ಸ್ ಇಟ್ಟುಕೊಳ್ಳಿ.

ಜಗತ್ತಿನ ಬೆಸ್ಟ್ ಸಿನಿಮಾಗಳಲ್ಲಿ ಬೆಸ್ಟ್ ಕ್ಲೈಮ್ಯಾಕ್ಸ್ ಇರುತ್ತೆ. ಮತ್ತೆ ಅಧ್ಯಯನ ದೃಷ್ಟಿಯಿಂದ ನಿಮಗೆ ಇಷ್ಟವಾದ ನಿಮ್ಮ ಸ್ನೇಹಿತರಿಗೆ ಇಷ್ಟವಾದ ಸಿನಿಮಾಗಳನ್ನು ಮತ್ತೆ ನೋಡಿ. ಅದರಲ್ಲಿ ಬಳಸಿದ ಕ್ಲೈಮ್ಯಾಕ್ಸ್ ನೋಡಿ. ಆಗ ನಿಮಗೊಂದು ಐಡಿಯಾ ಬರುತ್ತದೆ.

ಇದಿಷ್ಟು ಕಥೆಯ ಬಗ್ಗೆ. ಆದರೆ ಇದೊಂದು ಪರಿಚಯ ಅಷ್ಟೇ, ಹೀಗೆ ಇರಬೇಕು ಅಂತಿಲ್ಲ. ಆರಂಭದಲ್ಲಿ ನಿಮಗೆ ಅನಿಸಿದ ಮಟ್ಟಿಗೆ ನಿಮಗೆ ಇಷ್ಟವಾದ ಹಾಗೆ ಕಥೆ ಬರೆದು ಶೂಟ್ ಮಾಡಿ ಮುಗಿಸಿ. ನಿಮ್ಮ ಸಿನಿಮಾ ನೋಡಿದವರ ಪ್ರತಿಕ್ರಿಯೆ ಅಭಿಪ್ರಾಯ ಗಮನಿಸುತ್ತಾ ಹೋದರೆ ನೀವು ಮತ್ತು ನಿಮ್ಮ ಕಥೆ ಎರಡೂ ಬೆಳೆಯುತ್ತ ಹೋಗುತ್ತದೆ.

ಇನ್ನೊಂದು ವಿಚಾರ ಹೇಳಬೇಕು, ಸಾಮಾನ್ಯವಾಗಿ ಗಾಂಧಿನಗರದಲ್ಲಿ ಅಥವಾ ಸಿನಿಮಾ ವಲಯದಲ್ಲಿ ಯಾವ ಸಬ್ಜೆಕ್ಟ್ ಮೇಲೆ ಸಿನಿಮಾ ಮಾಡ್ತಾ ಇದ್ದೀರಿ? ಎನ್ನುವ ಪ್ರಶ್ನೆ ಜಾಸ್ತಿ ಬಳಕೆಯಾಗುತ್ತದೆ. ಸಬ್ಜೆಕ್ಟ್ ಅಂದ್ರೆ ಮತ್ತೇನು ಅಲ್ಲ ಯಾವ ತರದ, ಯಾವ ಜಾನರಿನ ಸಿನಿಮಾ ಅಂತ ಅಷ್ಟೇ, ಜಾನರ್ ಅಂದ್ರೆ ಯಾವ ಭಾವದ್ದು ಅಂತ... ಡ್ರಾಮಾ, ಕಾಮಿಡಿ, ರೋಮ್ಯಾನ್ಸ್, ಮಿಸ್ಟರಿ, ಥ್ರಿಲ್ಲರ್, ಸೈನ್ಸ್ ಫಿಕ್ಷನ್, ರೋಮ್-ಕಾಮ್, ಹಾರರ್ ಹೀಗೆ ಯಾವ ಬಗೆಯದ್ದು ಎಂದು, ನೀವು ಯಾವ ಜಾನರ್ ಸಿನಿಮಾ ಮಾಡುತ್ತಿರೋ ಅದಕ್ಕೆ ಅದರದೇ ಆದ ಸೆಟಪ್, ಪಾತ್ರ, ಪರಿಸರ ಮತ್ತು ಸಂಘರ್ಷ ಇರುತ್ತದೆ.

ನೀವು ಸಿನಿಮಾ ಮಾಡುವ ಮುನ್ನ ಎಲ್ಲ ತರದ ಸಿನಿಮಾ ನೋಡಿ. ಅದರಲ್ಲಿ ನೀವು ಮಾಡಲೇಬೇಕಿನಿಸುವ ನೀವು ನೋಡಲೇಬೇಕೆನಿಸುವ ಸಿನಿಮಾವನ್ನು ನೀವು ಆಯ್ದುಕೊಂಡರೆ ಬೆಸ್ಟ್. ನಿಮ್ಮ ಸಿನಿಮಾಕ್ಕೆ ನೀವೇ ಮೊದಲ ನೋಡುಗ ಎಂಬುದನ್ನು ಮರೆಯಬೇಡಿ.

ಇನ್ನ್ಯಾಕೆ ತಡ? ಕಥೆ ಬರೆಯಲು ಅಥವಾ ಹುಡುಕಲು ಶುರುಮಾಡಿ. ಅದು ಮಾಡುವ ಮುಂಚೆ ಒಂದು ಸಣ್ಣ ಟ್ವಿಸ್ಟ್. ನಾನು ಮೊದಲ ಅಧ್ಯಾಯದಲ್ಲಿ

ಒಂದು ಕಥೆ ಹೇಳಿದ್ದೆ; ನೆನಪಿದೆ ಅಲ್ವ? ಇಲ್ಲ ಅಂದ್ರೆ ಇಲ್ಲಿದೆ ಒಂದು ಸಲ ಓದಿ.

> "ಬೆಳಗ್ಗೆ ಅಲಾರಾಂ ಹೊಡೆದು ಕೊಳ್ಳುತ್ತದೆ. ನಮ್ಮ ಹೀರೊ ಗೊಣಗುತ್ತ ಎದ್ದು, ಸ್ನಾನ ಮಾಡಿ ಕಾಫಿ ಕುಡಿದು, ತಿಂಡಿ ತಿಂದು, ಬ್ಯಾಗ್ ಹಿಡಿದು ಓಡುತ್ತಾನೆ. ಬಸ್ ಸಿಗುತ್ತದೆ. ಹತ್ತಿ ಕಿಟಕಿ ಪಕ್ಕ ಕೂತು ಹೊರ ಜಗತ್ತು ನೋಡುತ್ತಾ ಕಾಲೇಜು ನಿಲ್ದಾಣ ಬಂದಾಗ ಎದ್ದೇಳುತ್ತಾನೆ. ಬಸ್‌ಗೆ ಯಾವುದೊ ಬೆಕ್ಕು ಅಡ್ಡ ಬಂದು ಬ್ರೇಕ್ ಬೀಳುತ್ತದೆ. ಹೀರೊನ ಬ್ಯಾಗ್ ಕೆಳಕ್ಕೆ ಬೀಳುತ್ತದೆ. ಬ್ಯಾಗ್ ಎತ್ತಿಕೊಂಡು ಬಸ್ ನಿಲ್ಲಿಸಿದಾಗ ಇಳಿಯುತ್ತಾನೆ. ಕಾಲೇಜ್ ಕಡೆ ಹೋಗುತ್ತಾನೆ, ಅಲ್ಲಿ ಅವನ ಸ್ನೇಹಿತರು 'ಹಾಯ್' ಅನ್ನುತ್ತಾರೆ. ಇವನು ನಕ್ಕು ಹಾಯ್ ಎನ್ನುತ್ತಾನೆ."

ಇದೆ ಕಥೆಯನ್ನ ಇಟ್ಟುಕೊಂಡು ನೀವು ಬೇರೆ ಬೇರೆ ಜಾನರು ಟ್ರೈ ಮಾಡಿ. ಅಂದರೆ ಈ ಕಥೆಯನ್ನ ರೊಮ್ಯಾಂಟಿಕ್ ಕಥೆ ಮಾಡುವಿರಾದರೆ ಏನು ಮಾಡುತ್ತೀರಾ? ಅದೇ ಈ ಕಥೆಯನ್ನ ಥ್ರಿಲ್ಲರ್ ಮಾದರಿಯಲ್ಲಿ ಮಾಡುವಿರಾದರೆ ಏನು ಮಾಡ್ತೀರಾ? ಅದೇ ಹಾರರ್ ಆದ್ರೆ? ಹೀಗೆ ಎಲ್ಲ ಸಾಧ್ಯತೆ ಇಟ್ಟುಕೊಂಡು ನಿಮಗೆ ಬೇಕಾದ ಪಾತ್ರಗಳನ್ನ, ಪರಿಸರಗಳನ್ನ ಸಂಘರ್ಷಗಳನ್ನ, ಮತ್ತೆ ಅದ್ಭುತ ಕ್ಲೈಮ್ಯಾಕ್ಸ್ ಸೇರಿಸಿ, ಇದೊಂದು ಸಣ್ಣ ಅಸೈನ್‌ಮೆಂಟ್ ನಿಮಗೆ.

ನೀವು ಕಥೆ ಇಲ್ಲಿವರೆಗೂ ಬರೆದು ಅಭ್ಯಾಸವೇ ಇಲ್ಲ. ಕಥೆ ಓದಿಯೂ ಅಭ್ಯಾಸ ಇಲ್ಲ. ಆದರೆ ಕಥೆ ಅಲ್ಲಿ–ಇಲ್ಲಿ ಕೇಳಿಸಿಕೊಂಡಿದ್ದೀನಿ ಏನು ಮಾಡೋದು? ಇದಕ್ಕೆ ಸುಲಭ ಉಪಾಯ ಇದೆ. ನಿಮಗಿಷ್ಟವಾದ ಸಿನಿಮಾವನ್ನ ಕಥೆಯಾಗಿ ನಿಮಗಿಷ್ಟ ಬಂದಂತೆ ಕಥೆ ಮಾಡಿಕೊಳ್ಳಿ. ಶುರುವಿನಲ್ಲಿ ಕದ್ದರೆ ತಪ್ಪೇನಿಲ್ಲ. ನಾವೆಲ್ಲ ಎಬಿಸಿಡಿ ಕಲಿತಿದ್ದು ಸ್ಕೂಲಿನಲ್ಲಿ ಕಾಪಿಬುಕ್ ಇಂದಲೇ ಅಲ್ಲವೇ? ಅದಕ್ಕೆ ಸ್ಫೂರ್ತಿ ಎಂದು ಹೆಸರಿಟ್ಟುಬಿಟ್ಟರೆ ಸರಿ ಹೋಗುತ್ತದೆ. ನೀವು ನಿಮಗಿಷ್ಟವಾದ ಶ್ರೇಷ್ಠ ಸಿನಿಮಾಗಳನ್ನ, ಕಥೆಗಳನ್ನ ಮಿಮಿಕ್ ಮಾಡುವುದರಿಂದ ಆಗುವ ದೊಡ್ಡ ಲಾಭ ಎಂದರೆ ಆ ಶ್ರೇಷ್ಠ ಸಿನಿಮಾಗಳ ಕಥೆಗಳ ಒಳಗಿನ ತಿರುಳು ನಿಮಗೆ ಅರ್ಥವಾಗುತ್ತದೆ. ಶುರುವಿನಲ್ಲಿ ಹೀಗೆ ಮಾಡಿ ಆಮೇಲೆ ಅದರಿಂದ ಮೆಲ್ಲಗೆ ಜಾರಿಕೊಂಡು ನಿಮ್ಮದೇ ಕಥೆಗಳನ್ನ ಸೃಷ್ಟಿಸಿಕೊಳ್ಳಿ.

ಆದರೆ ಒಂದು ವಿಷಯ ನಿಮ್ಮ ತಲೆಯಲ್ಲಿ ಸದಾ ಇಟ್ಟುಕೊಳ್ಳಿ. ಇಲ್ಲಿ ನಾನು ಮಾತಾನಾಡುತ್ತಿರುವುದು ಕಿರುಚಿತ್ರದ ಬಗ್ಗೆ. ಕಿರುಚಿತ್ರದ ದೊಡ್ಡ ಸಮಸ್ಯೆ

ಬಂಡವಾಳ ಹೂಡಿಕೆ. ನಿಮ್ಮ ಕಿರುಚಿತ್ರಕ್ಕೆ ಒಳ್ಳೆ ಬಂಡವಾಳ ಹೂಡುವವರು ಸಿಕ್ಕರೆ ನಿಮಗೆ ಅನಿಸಿದ್ದನ್ನು ಬರೆಯಿರಿ. ಆದರೆ ಆರಂಭದ ದಿನಗಳಲ್ಲಿ ನಿಮಗೆ ಹಣ ಕೊಡುವವರು ಸಿಗದೇ ಇರಬಹುದು. ಹಾಗಾಗಿ ನಿಮ್ಮ ಕಥೆ ಬಜೆಟ್ ಫ್ರೀ ಆಗಿರಲಿ. ಯಾರು ದುಡ್ಡು ಕೊಡದಿದ್ದರೂ ನೀವೇ ಫೋನಿನಲ್ಲಿ ರೆಕಾರ್ಡ್ ಮಾಡಿ. ಫೋನಿನಲ್ಲೇ ಎಡಿಟ್ ಮಾಡುವಷ್ಟು ಆತ್ಮವಿಶ್ವಾಸದ ಕಥೆಗಳು ಬರೆದುಕೊಳ್ಳಿ, ಅಂದರೆ ಪಾತ್ರಗಳು ಕಮ್ಮಿ ಇರಲಿ. ಒಂದು ಎರಡು ಮೂರು ಹೀಗೆ. ಪರಿಸರ ನಿಮ್ಮದೇ ಆಗಿರಲಿ. ನೀವು ಬೆಂಗಳೂರಲ್ಲಿ ಇದ್ದು ನಿಮ್ಮ ಕಥೆಯ ಪರಿಸರ ಕಾಶ್ಮೀರವೋ ಇಲ್ಲ ಮಂಗಳೂರಿನ ಸಮುದ್ರ ಆಗುವುದು ಬೇಡ. ಕೆಲವೇ ದಿನಗಳಲ್ಲಿ ಕೆಲವೇ ಜನರನ್ನು ಇಟ್ಟುಕೊಂಡು ಮುಗಿಸುವ ಕಥೆ ಇದ್ದರೆ ಒಳ್ಳೆಯದು. ಆಮೇಲೆ ಹೋಗ್ತಾ ಹೋಗ್ತಾ ಬಜೆಟ್ ಸಿಗ್ತಾ ಹೋದ ಹಾಗೆ ಅದನ್ನು ವಿಸ್ತಾರ ಮಾಡಿಕೊಳ್ಳುತ್ತ ಹೋಗಿ. ಅಷ್ಟರ ಹೊತ್ತಿಗೆ ನೀವು ಕಥೆ ಹೇಳುವ, ಶೂಟ್ ಮಾಡುವ ರೀತಿಯಲ್ಲಿ ತುಂಬಾ ಬದಲಾವಣೆ ಆಗಿರುತ್ತದೆ. ಯಾಕೆಂದರೆ ನೀವು ಕಲಿತು ಬೆಳೆದಿರುತ್ತೀರಿ.

ಕೊನೆಯದಾಗಿ ನನ್ನ ಕಥೆಗೊಂದು ನಾನು ಟ್ವಿಸ್ಟ್ ಕೊಡುತ್ತೇನೆ. ಅದು ಯಾವ ಜಾನರು? ಅದರಲ್ಲಿ ಬರುವ ಸಂಘರ್ಷ ಯಾವುದು, ಅದರ ಕ್ಲೈಮಾಕ್ಸ್ ಹೇಗಿರಬಹುದು? ನೀವೇ ಹೇಳಿ.

> "ಬೆಳಗ್ಗೆ ಅಲಾರಾಂ ಹೊಡೆದು ಕೊಳ್ಳುತ್ತದೆ. ನಮ್ಮ ಹೀರೊ ಗೊಣಗುತ್ತ ಎದ್ದು, ಸ್ನಾನ ಮಾಡಿ, ಕಾಫಿ ಕುಡಿದು, ತಿಂಡಿ ತಿಂದು, ಬ್ಯಾಗ್ ಹಿಡಿದು ಓಡುತ್ತಾನೆ. ಬಸ್ ಸಿಗುತ್ತದೆ. ಹತ್ತಿ ಕಿಟಕಿ ಪಕ್ಕ ಕೂತು ಹೊರ ಜಗತ್ತು ನೋಡುತ್ತಾ ಕಾಲೇಜು ನಿಲ್ದಾಣ ಬಂದಾಗ ಎದ್ದೇಳುತ್ತಾನೆ. ಬಸ್‌ಗೆ ಯಾವುದೊ ಬೆಕ್ಕು ಅಡ್ಡ ಬಂದು ಬ್ರೇಕ್ ಬೀಳುತ್ತದೆ. ಹೀರೊನ ಬ್ಯಾಗ್ ಕೆಳಕ್ಕೆ ಬೀಳುತ್ತದೆ. ಬ್ಯಾಗ್ ಎತ್ತಿಕೊಂಡು ಬಸ್ ನಿಲ್ಲಿಸಿದಾಗ ಇಳಿಯುತ್ತಾನೆ, ಕಾಲೇಜ್ ಕಡೆ ಹೋಗುತ್ತಾನೆ, ಅಲ್ಲಿ ಅವನ ಸ್ನೇಹಿತರು 'ಹಾಯ್' ಅನ್ನುತ್ತಾರೆ. ಇವನು ನಕ್ಕು 'ಹಾಯ್' ಎನ್ನುತ್ತಾನೆ. 'ಹಾಯ್' ಅನ್ನುತ್ತಾ ನಡೆಯುವಾಗ ಅವನ ಬ್ಯಾಗಿನಿಂದ ರಕ್ತ ತೊಟ್ಟಿಕ್ಕುತ್ತಿರುತ್ತದೆ! ಅವನ ಬ್ಯಾಗಿನಲ್ಲಿ ಒಂದು ಚಾಕು ಇದೆ!
>
> ಅವನ ಕೋಣೆಯ ಮಲಗುವ ಒಳಗಡೆ ಒಂದು ಹೆಣ್ಣು ಶವ ಇದೆ!"

ನಮ್ಮ ಕನ್ನಡ ಸಾಹಿತ್ಯದಲ್ಲಿ ನಾನು ಓದಿದ ಬೆಸ್ಟ್ ಕನ್ನಡ ಕಥೆಗಳ ಪುಸ್ತಕದ ಲಿಸ್ಟ್ ಇದು. ಇದು ಬಿಟ್ಟು ಇನ್ನೂ ಹಲವು ಒಳ್ಳೆಯ ಪುಸ್ತಕಗಳು ನಮ್ಮಲ್ಲಿ ಇವೆ. ನೀವು ಓದಿ, ನಿಮಗೆ ಒಂದಷ್ಟು ಅತ್ಯದ್ಭುತ ಕಥೆಗಳು ಸಿಗುತ್ತವೆ.

ಯು.ಆರ್. ಅನಂತಮೂರ್ತಿ: ಸಮಗ್ರ ಕಥೆಗಳು–ಕಥೆಗಳು: ಪಂಜರದ ಗಿಣಿ, ಮುನ್ನುಡಿ, ನವಿಲುಗಳು, ಮೌನಿ, ಸೂರ್ಯನ ಕುದುರೆ; **ವಸುಧೇಂದ್ರ:** ಮೋಹನ ಸ್ವಾಮಿ, ಚೇಳು, ಹಂಪಿ ಎಕ್ಸ್‌ಪ್ರೆಸ್; **ಎಂ. ವ್ಯಾಸ:** ಸ್ನಾನ, ಕೃತ ಆಟ–ಕಥೆ: ರಥ ಮತ್ತು ಸ್ನಾನ; **ವಿವೇಕ ಶಾನಭಾಗ:** ಲಂಗರು; **ಶ್ರೀನಿವಾಸ ವೈದ್ಯ:** ಅಗ್ನಿ ಕಾರ್ಯ, ಮನಸುಖನರಾಯನ ಮನಸು–ಕಥೆ: ಪ್ರಹಸ್ತ; **ಪೂರ್ಣಚಂದ್ರ ತೇಜಸ್ವಿ:** ಲಿಂಗ ಬಂದ, ರಹಸ್ಯ ವಿಶ್ವ, ಕಿರಗೂರಿನ ಗೈಯಾಳಿಗಳು; **ಜಯಂತ ಕಾಯ್ಕಿಣಿ:** ಹಾಲಿನ ಮೀಸೆ, ದಗಡು ಪರಬನ ಅಶ್ವಮೇಧ ಯಾಗ; **ಶಾಂತಿ ಕೆ. ಅಪ್ಪಣ್ಣ:** (ಮನಸು ಅಭಿಸಾರಿಕೆ) ಬಾಹುಗಳು; **ಶಶಿ ತರೀಕೆರೆ:** ಡುಮಿಂಗ; **ಅಬ್ದುಲ್ ರಶೀದ್:** ಹಾಲು ಕುಡಿದ ಹುಡುಗ; **ರಾಘವೇಂದ್ರ ಖಾಸನೀಸ:** ತಬ್ಬಲಿಗಳು; **ಟಿ.ಕೆ. ದಯಾನಂದ:** ನಾಯಿ ಬೇಟೆ; **ಲಂಕೇಶ್ ಪಿ.:** ಮುಟ್ಟಿಸಿಕೊಂಡವನು; **ಜಿ. ಸದಾಶಿವ:** ಸಿಕ್ಕು; **ಕೊರಡ್ಕಲ್ ಶ್ರೀನಿವಾಸರಾವ್:** ಧನಿಯರ ಸತ್ಯನಾರಾಯಣ; **ದೇವುಡು:** ಮೂರು ಕನಸು; **ನಾಗರಾಜ ವಸ್ತಾರೆ:** ಹಕೂನ ಮಟಾಟ; **ತ್ರಿವೇಣಿ:** ಬೆಡ್ ನಂಬರ್ 7; **ಯಶವಂತ ಚಿತ್ತಾಲ:** ಕಥೆಯಾದಳು ಹುಡುಗಿ, ಮುಖಾಮುಖಿ ಹಾಗೂ ಸಮಗ್ರ ಕಥೆಗಳು; **ವೈದೇಹಿ:** ಅಕ್ಕು; **ದೇವನೂರು ಮಹಾದೇವ:** ಮಾರಿಕೊಂಡವರು; **ರವಿ ಬೆಳಗೆರೆ:** ಪಾವೆಂ ಹೇಳಿದ ಕಥೆ, ವಿನ್ನರ್ ವಿನ್ನರ್ ಚಿಕನ್ ಡಿನ್ನರ್ ಕಥಾ ಸಂಕಲನ, ಯಾರಿಗೂ ಹೇಳದ ಕಥೆಗಳು ಕಥಾ ಸಂಕಲನ, ಹೊನ್ನ ಕಣಜ ಕಥಾ ಸಂಕಲನ; **ಆನಂದರ** ನಾನು ಕೊಂದ ಹುಡುಗಿ; **ಶ್ರೀಕೃಷ್ಣ ಆಲನಹಳ್ಳಿ**ಯವರ ಕಥೆಗಳು; **ಕಾವ್ಯ ಕಡಮೆ**ಯವರ ಮಾಕೋನ ಏಕಾಂತ; **ಅರ್ಪಣಾ ಎಚ್.ಎಸ್**. ಅವರ ಕೆಂಪು ಸಂಕಲನ; **ಟಿ.ಎಸ್. ಗೊರವರ** ಅವರ ಮಲ್ಲಿಗೆ ಹೂವಿನ ಸಖಿ; **ಎಸ್. ಸುರೇಂದ್ರನಾಥ**ರ ಕಟ್ಟು ಕಥೆಗಳು, ಬಂಡಲ್ ಕಥೆಗಳು–ಮತ್ತೆ ಇನ್ನೂ ಹಲವು

ಚಿತ್ರಕಥೆ

"Once you crack the script, everything else follows."

—Ridley Scott

ಹಿಂದಿನ ಅಧ್ಯಾಯದಲ್ಲಿ ನಾವು ಕಥೆ ಬಗ್ಗೆ ತಿಳಿದುಕೊಂಡ್ವಿ. ಕೊನೆಯಲ್ಲಿ ಒಂದಷ್ಟು ಟಾಸ್ಕ್ ಕೂಡ ಇತ್ತು. ಈಗ ನಿಮ್ಮ ಚಿತ್ರದ ಬಹು ಮುಖ್ಯ ಭಾಗಕ್ಕೆ ಬರೋಣ. ಅದುವೇ ಚಿತ್ರಕಥೆ, ಇಂಗ್ಲಿಷಿನಲ್ಲಿ ಸ್ಕ್ರೀನ್–ಪ್ಲೇ.

ಚಿತ್ರಕಥೆ/ಸ್ಕ್ರೀನ್–ಪ್ಲೇ ಏನು? ಎತ್ತ? ಎಂದು ತಿಳಿದುಕೊಳ್ಳುವ ಮುಂಚೆ ತುಂಬಾ ಗೊಂದಲ ಇರುವ ಅಷ್ಟೇ ಸುಲಭ ಇರುವ ಒಂದು ಅನುಮಾನವನ್ನು ಇಲ್ಲೇ ಪರಿಹರಿಸಿಕೊಂಡುಬಿಡೋಣ. ಆ ಅನುಮಾನ ಏನೆಂದರೆ ಸ್ಕ್ರಿಪ್ಟ್ ಮತ್ತು ಸ್ಕ್ರೀನ್–ಪ್ಲೇಗೆ ಇರುವ ವ್ಯತ್ಯಾಸ ಏನು? ಅವೆರಡು ಒಂದೇನಾ? ಅಥವಾ ಎರಡು ಬೇರೆ ಬೇರೇನಾ? ಬೇರೆ ಆಗಿದ್ರೆ ಹೇಗೆ ಬೇರೆ? ಇದು ಪ್ರತಿ ಸಿನಿಮಾ ವಿದ್ಯಾರ್ಥಿಗೆ ಒಂದು ಹಂತದಲ್ಲಿ ಕಾಡುವ ಪ್ರಶ್ನೆ. ತುಂಬಾ ಸುಲಭದ ಉತ್ತರ ಅಂದ್ರೆ ಎರಡು ಒಂದೇ; ಜೊತೆಗೆ ಎರಡು ಬೇರೆ ಬೇರೆ, ತಲೆ ಕೆಡಿಸಿಕೋಬೇಡಿ; ಹೆಸರಲ್ಲೇ ನಿಮಗೆ ಉತ್ತರ ಇದೆ. ಸ್ಕ್ರೀನ್–ಪ್ಲೇ ಅಂದ್ರೆ ಸ್ಕ್ರೀನ್ ಗಾಗಿ ಮಾಡಿರೋದು. ಅಂದ್ರೆ ತೆರೆಗಾಗಿ ಅಂದ್ರೆ ಟಿವಿ ಮತ್ತು ಸಿನಿಮಾಗಾಗಿ. ಅಲ್ಲಿ ನಿಮಗೆ ಸ್ಕ್ರೀನ್ ಇರುತ್ತೆ. ಆದರೆ ಸ್ಕ್ರಿಪ್ಟ್ ಅನ್ನೋದು ಬರೀ ಸ್ಕ್ರೀನ್ ಗಾಗಿ ಅಲ್ಲದೆ ಸ್ಕ್ರೀನ್ ಅಲ್ಲದ ಇತರ ಮಾಧ್ಯಮಗಳಿಗೂ ಬಳಕೆಯಾಗುತ್ತದೆ. ಉದಾಹರಣೆ ನಾಟಕ. ನಾಟಕ ಆಡಿಸುವವರು ಕೂಡ ಅವರಿಗೊಂದು ಸ್ಕ್ರಿಪ್ಟ್ ಮಾಡಿಟ್ಟುಕೊಂಡಿರುತ್ತಾರೆ. ಅದೇ ನಾಟಕವನ್ನ ಸಿನಿಮಾ ಅಥವಾ ಟಿವಿಗಾಗಿ ಬಳಸಿಕೊಂಡರೆ ಅದನ್ನು ಸ್ಕ್ರೀನ್–ಪ್ಲೇಗೆ ಕನ್ವರ್ಟ್ ಮಾಡಿಕೊಳ್ಳುತ್ತಾರೆ ಅಷ್ಟೇ.

ಈಗ ಸ್ಕ್ರೀನ್–ಪ್ಲೇ ಬಗ್ಗೆ ಮಾತಾಡೋಣ. ಇದು ಸ್ಕ್ರಿಪ್ಟ್ ಬಗ್ಗೆ ಕೂಡ ಆಗುತ್ತದೆ. ಸಿನಿಮಾ ಮಾಡಲು ಈಗಷ್ಟೇ ಶುರು ಮಾಡುತ್ತಿದ್ದೀರಿ. ಹಾಗಾಗಿ ಇವೆರಡರ ವ್ಯತ್ಯಾಸ ಬಗ್ಗೆ ಅಷ್ಟಾಗಿ ತಲೆ ಕೆಡಿಸಿಕೊಳ್ಳಬೇಡಿ, ಎರಡು ಒಂದೇ. ನೀವು ಧಾರಾವಾಹಿ ಅಥವಾ ಸಿನಿಮಾಗೆ ಬರೆದರೆ ಅದು ಸ್ಕ್ರೀನ್–ಪ್ಲೇ, ದೃಶ್ಯ ಮಾಧ್ಯಮವಲ್ಲದೆ ಬೇರೆಯದಕ್ಕೆ ಬರೆದರೆ ಅದು ಸ್ಕ್ರಿಪ್ಟ್, ಇನ್ನೂ ಅರ್ಥ ಆಗಬೇಕೆಂದರೆ ನೀವೊಂದು ನಾಟಕ ಓದಿ, ಅದರಲ್ಲಿ ಆ್ಯಕ್ಷನ್ ಅಂದರೆ ಕ್ರಿಯೆ ಇರುತ್ತೆ. ಉದಾಹರಣೆ ರಾಮನು ರಸ್ತೆಯಲ್ಲಿ ಹೋಗುತ್ತಿದ್ದನು. ಇಲ್ಲೊಂದು ಕ್ರಿಯೆ ಇದೆ. ಅದೇ ರಸ್ತೆಯಲ್ಲಿ ರಾಮ ಹೋಗಬೇಕಾದರೆ ರಾಜು ಕೂಡ ಸಿಕ್ಕು

ಹಾಯ್ ಎನ್ನುತ್ತಾನೆ. ಅದಕ್ಕೆ ರಾಮ 'ಹಾಯ್ ರಾಜು' ಅನ್ನುತ್ತಾನೆ ಅಂದುಕೊಳ್ಳಿ, ಇಲ್ಲಿ ಎರಡು ಪಾತ್ರಗಳಿವೆ. ಜೊತೆಗೆ ಒಂದು ಕ್ರಿಯೆ ಇದೆ. ಜೊತೆಗೆ ಒಂದಿಷ್ಟು ಸಂಭಾಷಣೆ ಇದೆ. ಇದನ್ನ ಸ್ಕ್ರಿಪ್ಟ್ ಆಗಿ ಕನ್ವರ್ಟ್ ಮಾಡೋಣ ಈಗ.

ರಾಮನು ರಸ್ತೆಯಲ್ಲಿ ಹೋಗುತ್ತಿದ್ದನು. ರಾಜು ಸಿಕ್ಕಿ

ರಾಜು:
ಹಾಯ್
ರಾಮ:
ಹಾಯ್ ರಾಜು

ಇದಿಷ್ಟೇ. ಇದನ್ನ ಸ್ಕ್ರಿಪ್ಟ್ ಅನ್ನುತ್ತೇವೆ. ನೀವು ಯಾವುದೇ ನಾಟಕ ಓದಿದರೆ ಅಲ್ಲಿ ಇರೋದು ಇದೆ ಫಾರ್ಮ್ಯಾಟ್. ಹಿನ್ನೆಲೆ ಧ್ವನಿ ಇದ್ದರೆ ಅಥವಾ ನಾಟಕದ ಕರ್ತೃ ಏನಾದರು ಹೇಳುವಂತಿದ್ದರೆ ಅದನ್ನು ಬ್ರಾಕೆಟ್‌ನಲ್ಲಿ ಬರೆಯುತ್ತಾರೆ. ಈಗ ಇದೆ ಸಿಂಪಲ್ ಸ್ಕ್ರಿಪ್ಟ್ ಅನ್ನು ಸ್ಕ್ರೀನ್-ಪ್ಲೇ ಮಾಡೋಣ. ಸ್ಕ್ರೀನ್-ಪ್ಲೇ ಮಾಡಬೇಕಾದರೆ, ಇನ್ನೊಂದಷ್ಟು ವಿಷಯ ಬೇಕು. ಅದೇನೆಂದರೆ ರಾಮ ಹೋಗುತ್ತಿದ್ದುದು ಬೆಳಗ್ಗೆಯ? ಅಥವಾ ರಾತ್ರಿಯ? ಅಂತ. ಯಾಕೆ ಅಂತ ಹೇಳ್ತಿನಿ ಬನ್ನಿ.

EXT/ROAD/DAY

ರಾಮನು ರೋಡಿನಲ್ಲಿ ಹೋಗುತ್ತಿದ್ದನು. ರಾಜು ಸಿಕ್ಕಿ

ರಾಜು:
ಹಾಯ್

ರಾಮ:
ಹಾಯ್ ರಾಜು

ಈ ಮೇಲಿನ ಫಾರ್ಮ್ಯಾಟ್ ಸ್ಕ್ರೀನ್-ಪ್ಲೇ. ಇವಾಗ ವ್ಯತ್ಯಾಸ ನಿಮಗೆ ಗೊತ್ತಾಗಿರುತ್ತೆ. ದೃಶ್ಯ ಮಾಧ್ಯಮಕ್ಕೆ ಸ್ಕ್ರಿಪ್ಟ್ ಬಳಸಿಕೊಂಡರೆ ಅದೇ ಸ್ಕ್ರೀನ್-ಪ್ಲೇ ಇರುತ್ತೆ. ಈಗ ಇನ್ನೊಂದಷ್ಟು ಜಾಸ್ತಿ ತಿಳಿದುಕೊಳ್ಳೋಣ. ಸಿನಿಮಾದಲ್ಲಿ ಬಳಕೆಯಾಗುವ ಸ್ಕ್ರೀನ್‌ಪ್ಲೇ ಫಾರ್ಮ್ಯಾಟ್‌ನ ಒಂದು ಟೆಂಪ್ಲೇಟ್ ನೋಡೋಣ ಈಗ:

ಸ್ಕ್ರೀನ್-ಪ್ಲೇ ಅಥವಾ ಸ್ಕ್ರಿಪ್ಟ್‌ನಲ್ಲಿ ನಾವು ನಮ್ಮ ಕಥೆಯನ್ನು ದೃಶ್ಯ ಮಾಧ್ಯಮಕ್ಕೆ ಅನುಗುಣವಾಗಿ ದೃಶ್ಯಗಳ ಮೂಲಕ ಬರೆಯುತ್ತೇವೆ.

ಒಂದು ದೃಶ್ಯ ಅಂದ್ರೆ ಒಂದು ಸ್ಥಳದಲ್ಲಿ ನಡೆಯುವ ಕ್ರಿಯೆ.

ಈಗ ಸ್ಕ್ರೀನ್–ಪ್ಲೇ ಫಾರ್ಮ್ಯಾಟ್ ಹೇಗಿರುತ್ತದೆ? ಆ ಫಾರ್ಮ್ಯಾಟ್ ಅನುಗುಣವಾಗಿ ಹೇಗೆ ಬರೆಯೋದು? ಎನ್ನುವುದನ್ನ ಕಲಿಯೋಣ.

EXT. DAY: MALPE HARBOR / DOCKING AREA

ಕೆಲವು ಕಾರ್ಮಿಕರು ಹಡಗನ್ನು ದಡಕ್ಕೆ ಎಳೆಯುತ್ತಿರುತ್ತಾರೆ. ಹಡಗನ್ನು ಎಳೆಯಲು, ಹಗ್ಗ ಮತ್ತು ಮರದ ದಿಮ್ಮಿಗಳನ್ನು ಉಪಯೋಗಿಸಿ ಕೆಲವೊಂದು ವ್ಯವಸ್ಥೆ ಮಾಡಲಾಗಿದೆ. ಎಳೆಯಲು ಸುಲಭವಾಗುವಂತೆ, ಹಡಗಿನ ಕೆಳಗೆ ಮರದ ದಿಮ್ಮಿಗಳನ್ನು, ಸರಿಸಮಾನವಾಗಿ, ಅಡ್ಡ ಹಾಗು ನೇರವಾಗಿ ಜೋಡಿಸಲಾಗಿದೆ. ಹಡಗಿನ ಬೇರೆ ಬೇರೆ ಭಾಗಗಳಿಗೆ ಕಟ್ಟಲಾಗಿರುವ ಹಗ್ಗವನ್ನು ವ್ಯವಸ್ಥಿತ ರೂಪದಲ್ಲಿ ಗಾಡಿಕ್ಕೆ ಕಟ್ಟಲಾಗಿದೆ. ಕಾರ್ಮಿಕರ ಒಂದು ತಂಡ ದಿಮ್ಮಾಲ್ ಹಾಡುತ್ತಾ ಗಾಡಿಯನ್ನು ತಿರುಗಿಸುತ್ತಿದ್ದರೆ, ಮತ್ತೊಂದು ತಂಡ 'ಅಯ್ ಅಯ್' ಎಂದು ಕರೆಯನ್ನು ಕೂಗುತ್ತ, ಹಗ್ಗವನ್ನು ಎಳೆದು, ತದನಂತರ ದಿಮ್ಮಿಗಳ ಜಾರುವಿಕೆ ಸುಲಭವಾಗುವಂತೆ ಮಾಡಿಕೊಡುತ್ತಾರೆ. ಹಡಗನ್ನು ದಡಕ್ಕೆ ಎಳೆಯುತ್ತಿದ್ದಂತೆಯೇ, camera ಎರಡೂ ತಂಡದ ಕಾರ್ಮಿಕರನ್ನು ದಾಟಿ, ನಿಧಾನವಾಗಿ ಹಡಗಿನ ವಿರುದ್ಧ ದಿಕ್ಕಿನೆಡೆಗೆ ಸಮುದ್ರದ ಕಡೆಗೆ ಸಾಗುತ್ತದೆ. Camera ಸಮುದ್ರದ ಕಡೆಗೆ ಸಾಗುತ್ತಿದ್ದಂತೆ, ಓರ್ವ 12 ವರ್ಷದ ಬಾಲಕ (ರವಿ) ಸಮುದ್ರ ತೀರದಲ್ಲಿ, ಸಮುದ್ರವನ್ನು ನೋಡುತ್ತಾ, ದಿಮ್ಮಾಲ್ ಗುನುಗುತ್ತಾ ನಿಂತಿರುತ್ತಾನೆ. Camera ಅವನ ಹತ್ತಿರ ಹೋಗಿ ನಿಲ್ಲುತ್ತದೆ. ಅವನ close upಗೆ ಬಂದರೆ, ಅವನು ಮೌನವಾಗುತ್ತಾನೆ. ಅವನ ಕಣ್ಣುಗಳು ಯಾರದ್ದೋ ನಿರೀಕ್ಷೆಯಲ್ಲಿರುವಂತಿದೆ. ಒಂದಷ್ಟು ಕ್ಷಣ ಮೌನವಾಗಿ ಸಮುದ್ರವನ್ನು ನೋಡುತ್ತಾ, ಮತ್ತೆ ದಿಮ್ಮಾಲ್ ಗುನುಗಲು ಪ್ರಾರಂಭಿಸುತ್ತಾನೆ.

CUT TO:

ಕಾರ್ಮಿಕರು ಗಾಡಿ ದೂಡುವ ಹಾಗು ಹಡಗನ್ನು ಎಳೆಯುವ ಕೆಲವೊಂದು cutin shotಗಳಿಂದ opening credits ಪ್ರಾರಂಭವಾಗುತ್ತದೆ

INT. NIGHT: LADIES HOSTEL

ರೆಜಿನಾಳ ಕೈಗಳು ಖಾಲಿ ಹಾಳೆಯ ಮೇಲೆ ಬರೆಯುತ್ತಿರುವ close ups. ರೆಜಿನ ಒಬ್ಬಳು ಪತ್ರಕರ್ತೆ. ಅವಳು ಒಂದು article ಬರೆಯುತ್ತಿದ್ದಾಳೆ. Table ಮೇಲೆ ಪುಸ್ತಕಗಳು, ಕೆಲವೊಂದು photos, table lamp, voice recorder ಹಾಗು ಅರ್ಧ ಕುಡಿದಿರುವ coffee cup ಇರುತ್ತದೆ.

ರೆಜಿನ (VOICE OVER)
ಅದು ನನ್ ಹುಟ್ಟೂರು. ಮಲ್ಪೆ. ಅರಬ್ಬಿ ಸಮುದ್ರ ತೀರದಲ್ಲಿರುವ,
ಕರಾವಳಿಯ ಒಂದು ಪ್ರಮುಖವಾದ ಮೀನುಗಾರಿಕಾ ಊರು.
ಸಮುದ್ರದ ಅಲೆಗಳು ತನ್ನ ದಡವನ್ನು ದಿನವೂ
ಸ್ಪರ್ಶಿಸುವಂತಹ ಊರು. ಆದರೆ ಅಲೆಗಳು ಎಲ್ಲವನ್ನೂ
ಮುಟ್ಟಕ್ಕಾಗಲ್ವಲ್ಲಾ?

ರೆಜಿನಾಳ ಮುಖದ extreme close ups

ರೆಜಿನ (VOICE OVER)
ಅವನನ್ನು ನಾನು... ನನ್ನ college ದಿನಗಳಲ್ಲಿ ಒಂದಷ್ಟು
ಸಲ ಭೇಟಿಯಾಗಿದ್ದೆ. ಅವನು... ನನ್ನೆಡೆಗೆ attract ಆಗಿದ್ದ
ಅನ್ಸುತ್ತೆ. ಅಥವಾ... ನನ್ನ irritate ಮಾಡ್ಬೇಕಂತಾನೆ
ಹಾಗೆ ಮಾಡ್ತಿದ್ನೊ? What would you call that?
ಅಥವ ಅವನು ಎಲ್ಲಾರ್ ಜೊತೆ ಹಾಗೆ behave ಮಾಡ್ತಿದ್ನಾ?
ಗೊತ್ತಿಲ್ಲ...

CUT TO:

INSERT ಶಂಕರ್ ಪೂಜಾರಿಯ ಮನೆಯ ಅಂಗಳದಲ್ಲಿ, ಶವದ ಸುತ್ತ ಒಣಗಿರುವ ರಕ್ತದ ಕಲೆಗಳ ಮೇಲೆ photo flashಗಳು.

CUT TO:

ರೆಜಿನಾಳ ಕೈಗಳ close ups

ರೆಜಿನ (VOICE OVER) (CONT.D)
ನಾನು ಊರಿಗ್ ಹೋದಾಗ್ಲೆಲ್ಲ ಕಾಡಿನ್ ಕೊಳ್ತೀನಿ.

ಮೇಲೆ ಕೊಟ್ಟಿರುವ ಫಾರ್ಮ್ಯಾಟ್ ಉಳಿದವರು ಕಂಡಂತೆ ಸಿನಿಮಾದ ಮೊದಲ ದೃಶ್ಯದ್ದು. ಉಳಿದವರು ಕಂಡಂತೆ ಸ್ಕ್ರಿಪ್ಟ್ ಅಥವಾ ಸ್ಕ್ರೀನ್–ಪ್ಲೇ ಇದು. ಇದೆ ಫಾರ್ಮ್ಯಾಟ್ ಅನ್ನು ಎಲ್ಲ ಕಡೆ ಬಳಸುವುದು.

ಮೊದಲಿಗೆ ಆ ದೃಶ್ಯ ಎಲ್ಲಿ ನಡೆಯುತ್ತಿದೆ ಮತ್ತು ಯಾವಾಗ ನಡೆಯುತ್ತಿದೆ ಅನ್ನುವ ಸುಳಿವು ಇದೆ. ಇದನ್ನ 'ಹೆಡ್ಡಿಂಗ್' ಅಂತ ಕರೆಯುತ್ತಾರೆ.

EXT. DAY: MALPE HARBOR/DOCKING AREA

ಇಲ್ಲಿ EXT ಅಂದ್ರೆ Exterior ಅಂದ್ರೆ ಹೊರಗೆ, DAY ಅಂದ್ರೆ ಹಗಲು, ದೃಶ್ಯ ನಡೆಯುತ್ತಿರೋದು ಹಗಲಿನಲ್ಲಿ ಹೊರಗಡೆ ಅಂತ ಅರ್ಥ.

MALPE HARBOR/DOCKING AREA

ಇಲ್ಲಿ ಸ್ಥಳದ ಮಾಹಿತಿ ಇದೆ.

ನಿಮ್ಮ ಸ್ಕ್ರೀನ್–ಪ್ಲೇಯಲ್ಲಿ ಮೊದಲು ನೀವು ಬರೆಯುತ್ತಿರುವ ದೃಶ್ಯ ಎಲ್ಲಿ ನಡೆಯುತ್ತಿದೆ ಎಂಬುದನ್ನ ಹೇಳಬೇಕು. ಹೊರಗೆ ಆದರೆ EXT, ಒಳಗೆ ನಡೆದರೆ INT. ಎರಡು ಕಡೆ ನಡೆಯುವ ಸಂಕೀರ್ಣ ದೃಶ್ಯವಾದರೆ EXT/INT ಬಳಸಿ. ನಿಮ್ಮ ಸ್ಕ್ರೀನ್–ಪ್ಲೇ ಹೆಡ್ಡಿಂಗ್‌ನಲ್ಲಿ ಈ '/' ಚಿಹ್ನೆ ಬಳಸಿದರೆ ಅದರ ಅರ್ಥ ಒಂದಕ್ಕಿಂತ ಹೆಚ್ಚು ಎಂದು.

ದೃಶ್ಯ ಎಲ್ಲಿ ನಡಿಯುತ್ತದೆ ತಿಳಿಯಿತು. ಮುಂದಿನದು ಯಾವಾಗ ನಡೆಯುತ್ತಿದೆ ಎನ್ನುವುದನ್ನ ಹೇಳಬೇಕು. ಹಗಲಾದರೆ DAY ಎಂದು, ರಾತ್ರಿ ಆದರೆ NIGHT ಎಂದು ಬಳಸಬೇಕು.

ಮುಂದಿನದು ಯಾವ ಸ್ಥಳದಲ್ಲಿ ನಡೆಯುತ್ತಿದೆ, ಮನೆ? ರೋಡ್? ಮಾಲ್? ಹೋಟೆಲ್ ಹೀಗೆ ಅದನ್ನು ಹೇಳಬೇಕು.

ನೀವು ಬರೆಯುವಾಗ ಇಂಗ್ಲಿಷ್ ಅಲ್ಲೇ ಬರೆಯಬೇಕು ಎಂದೇನಿಲ್ಲ. ನೀವು ಕನ್ನಡದಲ್ಲೂ ಕೂಡ ಬರೆಯಬಹುದು ಹೊರಗೆ/ಒಳಗೆ, ಬೆಳಗ್ಗೆ/ಮಧ್ಯಾಹ್ನ/ರಾತ್ರಿ ಹೀಗೆ ಬಳಸಬಹುದು.

ಹೆಡ್ಡಿಂಗ್ ಏನು ಎತ್ತ ಗೊತ್ತಾಯಿತು. ನಿಮ್ಮ ದೃಶ್ಯದ ಹೆಡ್ಡಿಂಗ್ ಆದಮೇಲೆ ದೃಶ್ಯ ಹೇಗೆ ಏನು ಅಂತ ಬರೆಯಬೇಕು. ಈಗ ಮೇಲಿನ ಉದಾಹರಣೆಯನ್ನ ನೋಡೋಣ.

EXT. DAY: MALPE HARBOR / DOCKING AREA

ಕೆಲವು ಕಾರ್ಮಿಕರು ಹಡಗನ್ನು ದಡಕ್ಕೆ ಎಳೆಯುತ್ತಿರುತ್ತಾರೆ. ಹಡಗನ್ನು ಎಳೆಯಲು, ಹಗ್ಗ ಮತ್ತು ಮರದ ದಿಮ್ಮಿಗಳನ್ನು ಉಪಯೋಗಿಸಿ ಕೆಲವೊಂದು ವ್ಯವಸ್ಥೆ ಮಾಡಲಾಗಿದೆ. ಎಳೆಯಲು ಸುಲಭವಾಗುವಂತೆ, ಹಡಗಿನ ಕೆಳಗೆ ಮರದ ದಿಮ್ಮಿಗಳನ್ನು, ಸರಿಸಮಾನವಾಗಿ, ಅಡ್ಡ ಹಾಗು ನೇರವಾಗಿ ಜೋಡಿಸಲಾಗಿದೆ. ಹಡಗಿನ ಬೇರೆ ಬೇರೆ ಭಾಗಗಳಿಗೆ ಕಟ್ಟಲಾಗಿರುವ ಹಗ್ಗವನ್ನು ವ್ಯವಸ್ಥಿತ ರೂಪದಲ್ಲಿ ಗಾಡಿಕ್ಕೆ ಕಟ್ಟಲಾಗಿದೆ. ಕಾರ್ಮಿಕರ ಒಂದು ತಂಡ ದಿಮ್ಮಾಲೆ ಹಾಡುತ್ತಾ ಗಾಡಿಯನ್ನ ತಿರುಗಿಸುತ್ತಿದ್ದಾರೆ, ಮತ್ತೊಂದು ತಂಡ 'ಅಯ್ ಅಯ್' ಎಂದು ಕರೆಯುತ್ತ ಕೂಗುತ, ಹಗ್ಗವನ್ನು ಎಳೆದು, ಕಡೆಯಿಂದಾಗ ದಿಮ್ಮಿಗಳ ಜಾರುವಿಕೆ ಸುಲಭವಾಗುವಂತೆ ಮಾಡಿಕೊಳ್ಳುತ್ತಿದ್ದಾರೆ. ಹಡಗನ್ನು ದಡಕ್ಕೆ ಎಳೆಯುತ್ತಿದ್ದಂತೆಯೇ, camera ಎರಡೂ ತಂಡದ ಕಾರ್ಮಿಕರನ್ನು ದಾಟಿ, ನಿಧಾನವಾಗಿ ಹಡಗಿನ ವಿರುದ್ಧ ದಿಕ್ಕಿನೆಡೆ ಸಮುದ್ರದ ಕಡೆಗೆ ಸಾಗುತ್ತದೆ. Camera ಸಮುದ್ರದ ಕಡೆಗೆ ಸಾಗುತ್ತಿದ್ದಂತೆ, ಓರ್ವ 12 ವರ್ಷದ ಬಾಲಕ (ರವಿ) ಸಮುದ್ರ ತೀರದಲ್ಲಿ, ಸಮುದ್ರವನ್ನು ನೋಡುತ್ತಾ, ದಿಮ್ಮಾಲೆ ಗುನುಗುತ್ತಾ ನಿಂತಿರುತ್ತಾನೆ. Camera ಅವನ ಹತ್ತಿರ ಹೋಗಿ ನಿಲ್ಲುತ್ತದೆ. ಅವನ close upಗೆ ಬಂದರೆ, ಅವನು ಮೌನವಾಗುತ್ತಾನೆ. ಅವನ ಕಣ್ಣುಗಳು ಯಾರದ್ದೋ ನಿರೀಕ್ಷೆಯಲ್ಲಿರುವಂತಿವೆ. ಒಂದಷ್ಟು ಕ್ಷಣ ಮೌನವಾಗಿ ಸಮುದ್ರವನ್ನು ನೋಡುತ್ತಾ, ಮತ್ತೆ ದಿಮ್ಮಾಲೆ ಗುನುಗಲು ಪ್ರಾರಂಭಿಸುತ್ತಾನೆ.

CUT TO:

ಈ ತರ ಇದೆ. ಇಲ್ಲಿ ಮೊದಲ ದೃಶ್ಯದಲ್ಲಿ ಏನೇನು ನಡೆಯುತ್ತಿದೆ ಎಂಬುದನ್ನ ಬರೆದಿದ್ದಾರೆ. ಜೊತೆಗೆ ಕ್ಯಾಮೆರಾದ ಆ್ಯಂಗಲ್ ಕೂಡ ಹೇಳಿದ್ದಾರೆ...

ಕ್ಲೋಸಪ್ ಅಂತ. ಕ್ಯಾಮೆರಾದ ಆ್ಯಂಗಲ್ ಬಗ್ಗೆ ಬೇರೆ ಅಧ್ಯಾಯದಲ್ಲಿ ತಿಳಿದುಕೊಳ್ಳೋಣ. ಈ ಮೇಲಿನ ಉದಾಹರಣೆಯಲ್ಲಿ ಪೂರ್ತಿ ಆ್ಯಕ್ಷನ್ ಅಂದ್ರೆ ಕ್ರಿಯೆ ಇದೆ. ಅಲ್ಲೇನೋ ನಡೆಯುತ್ತಿದೆ. ಜೊತೆಗೊಂದು ಪಾತ್ರ ಇದೆ. ಆ ಪಾತ್ರದ ವಯಸ್ಸು ಹನ್ನೆರಡು ಅಂತ ಕೂಡ ಬರೆದಿದ್ದಾರೆ. ನೀವು 'ಉಳಿದವರು ಕಂಡಂತೆ' ಸಿನಿಮಾ ನೋಡಿದ್ದರೆ ಈ ದೃಶ್ಯ ನಿಮಗೆ ಗೊತ್ತಾಗುತ್ತೆ.

ಲೆಫ್ಟ್ ಅಲೈನ್ ಮಾಡಿದ ಪ್ಯಾರಾ ಏನಿದೆ ಅದೆಲ್ಲ ಕ್ರಿಯೆಯ ಬಗ್ಗೆ ಅಂತ ಅರ್ಥ. ಇದು ಎರಡನೆಯ ಭಾಗ. ಮೊದಲ ಭಾಗ ಹೆಡ್ಡಿಂಗ್, ಎರಡನೆಯದು ನಿಮ್ಮ ದೃಶ್ಯದ ಕ್ರಿಯೆ. ಈಗ ಮೂರನೇ ಭಾಗಕ್ಕೆ ಹೋಗೋಣ; ಅದುವೇ ಸಂಭಾಷಣೆ.

```
                    ರೆಜಿನ (VOICE OVER)
        ಅದು ನನ್ ಹುಟ್ಟೂರು. ಮಲ್ಪೆ. ಅರಬ್ಬಿ ಸಮುದ್ರ ತೀರದಲ್ಲಿರುವ,
        ಕರಾವಳಿಯ ಒಂದು ಪ್ರಮುಖವಾದ ಮೀನುಗಾರಿಕಾ ಊರು.
        ಸಮುದ್ರದ ಅಲೆಗಳು ತನ್ನ ದಡವನ್ನು ದಿನವೂ
        ಸ್ಪರ್ಶಿಸುವಂತಹ ಊರು. ಆದರೆ ಅಲೆಗಳು ಎಲ್ಲವನ್ನೂ
        ಮುಟ್ಟಕ್ಕಾಗಲ್ಲಲ್ಲಾ?

ರೆಜಿನಾಳ ಮುಖದ extreme close ups

                    ರೆಜಿನ (VOICE OVER)
        ಅವನನ್ನು ನಾನು... ನನ್ನ college ದಿನಗಳಲ್ಲಿ ಒಂದಷ್ಟು
        ಸಲ ಭೇಟಿಯಾಗಿದ್ದೆ. ಅವನು... ನನ್ನ ಮೇಲೆ attract ಆಗಿದ್ದ
        ಅನ್ಸುತ್ತೆ. ಅಥವಾ... ನನ್ನ irritate ಮಾಡ್ಬೇಕಂತಾನೆ
        ಹಾಗೆ ಮಾಡ್ತಿದ್ನೊ? What would you call that?
        ಅಥವ ಅವನು ಎಲ್ಲಾರ್ ಜೊತೆ ಹಾಗೆ behave ಮಾಡ್ತಿದ್ನಾ?
        ಗೊತ್ತಿಲ್ಲ...

                                                    CUT TO:
```

ಇದು ಸಂಭಾಷಣೆಯ ಭಾಗ. ಸ್ಕ್ರೀನ್‌ಪ್ಲೇಯಲ್ಲಿ ಸಂಭಾಷಣೆ ಯಾವಾಗಲೂ ಸೆಂಟ್ರಲ್ ಅಲೈನ್‌ಮೆಂಟ್ ಅಲ್ಲಿ ಇರಬೇಕು. ಅಂದ್ರೆ ಮಧ್ಯ ಭಾಗದಲ್ಲಿರಬೇಕು. ಮೊದಲು ಯಾವ ಪಾತ್ರ ಮಾತಾಡುತ್ತಿದೆ, ಅನಂತರ ಸಂಭಾಷಣೆಯ ಸಾಲುಗಳು. ಮೇಲಿನ ಉದಾಹರಣೆ ರೆಜಿನಾ ಅನ್ನುವ ಪಾತ್ರ ತನ್ನ ಜೊತೆಯೇ ಮಾತನಾಡಿಕೊಳ್ಳುತ್ತಿದೆ ಅಂದರೆ ಸ್ವಗತ, ಈಗ ರಾಮ ರಾಜು ಸಿಕ್ಕಿ ಮಾತನಾಡಿದ್ದನ್ನ ಬರೆಯುವದಾದರೆ:

ರಾಜು:

ಹಾಯ್

ರಾಮು:

ಹಾಯ್ ರಾಜು

ಹೀಗೆ ಬರೆಯಬೇಕು. ಹೀಗೆ ಬರೆಯಬೇಕಾದರೆ ಆ ಪಾತ್ರ ಯಾವ ಭಾವನೆಯಲ್ಲಿ ಮಾತನಾಡುತ್ತಿದೆ ಅಂತ ಕೂಡ ನೀವು ಬ್ರಾಕೆಟ್‌ನಲ್ಲಿ

ಬರೆಯಬಹುದು. ಉದಾಹರಣೆಗೆ ಸಿಟ್ಟಲ್ಲಿ ಮಾತಾಡುತ್ತಿದ್ದರೆ (ಸಿಟ್ಟಿನ ಧ್ವನಿಯಲ್ಲಿ) ಎಂದು ಬರೆಯಿರಿ. ಅದೇ ಭಯದಿಂದ ಮಾತಾಡುತ್ತಿದ್ದರೆ (ಭಯದ ಧ್ವನಿಯಲ್ಲಿ) ಹೀಗೆ ಆ ದೃಶ್ಯದಲ್ಲಿ ಆ ಪಾತ್ರ ಯಾವ ಭಾವದಲ್ಲಿ ಇದೆ ಎಂದು ನೀವು ಹೇಳಬಹುದು.

ದೃಶ್ಯದ ಅಂತ್ಯದಲ್ಲಿ ನೀವು ಟ್ರಾನ್ಸಿಶನ್ ಭಾಗ ಕೂಡ ಸೇರಿಸಬಹುದು. CUT TO ಅಂತಲೋ JUMP TO ಅಂತಲೋ ಇಲ್ಲ DISSOLVED ಅಂತಲೋ ಬಳಸಬಹುದು. ಅಂದರೆ ಒಂದು ದೃಶ್ಯ ಮುಗಿದ ಕೂಡಲೇ ಮತ್ತೊಂದು ದೃಶ್ಯ ಹೀಗೆ ಶುರುವಾಗುತ್ತದೆ ಎಂದು ಗೊತ್ತಾಗುತ್ತದೆ. ಅದರ ಬಗ್ಗೆ ತಿಳಿದುಕೊಳ್ಳಬೇಕಾದರೆ ಹೆಚ್ಚು ಹೆಚ್ಚು ಈಗಾಗಲೇ ಲಭ್ಯವಿರುವ ಸ್ಕ್ರಿಪ್ಟ್ ಅಥವಾ ಸ್ಕ್ರೀನ್–ಪ್ಲೇಗಳನ್ನ ಹುಡುಕಿ ಓದಬೇಕು. ಇದು ತುಂಬಾ ಮುಖ್ಯವಾದ ವಿಷಯ. ನೀವು ಬೇರೆ ಬೇರೆ ನಿರ್ದೇಶಕರ ಬೇರೆ ಬೇರೆ ಸಿನಿಮಾಗಳ ಸ್ಕ್ರೀನ್–ಪ್ಲೇ ಅಧ್ಯಯನ ಮಾಡಿದಷ್ಟು ಒಂದು ದೃಶ್ಯವನ್ನ ಎಷ್ಟು ಪರಿಣಾಮಕಾರಿಯಾಗಿ ಕಟ್ಟಬಹುದು ಎಂದು ತಿಳಿದುಕೊಳ್ಳಬಹುದು. ಗೂಗಲ್‌ನಲ್ಲಿ ನಿಮಗೆ ಬೇಕಾದ ಸಿನಿಮಾದ ಹೆಸರು ಹಾಕಿ ಹುಡುಕಿದರೆ ನಿಮಗೆ ಸಿಗುತ್ತದೆ. ಇತ್ತೀಚೆಗೆ ಕನ್ನಡದಲ್ಲೂ ಸಿಗುತ್ತಿದೆ. ನೀವು ಡೌನ್‌ಲೋಡ್ ಮಾಡಿಟ್ಟುಕೊಂಡ ಸ್ಕ್ರಿಪ್ಟ್ ಅಥವಾ ಸ್ಕ್ರೀನ್–ಪ್ಲೇ ಅನ್ನು ಒಂದು ಸಲ ಸುಮ್ಮನೆ ಹಾಗೆ ಓದಿಕೊಂಡು. ಆನಂತರ ಒಮ್ಮೆ ಸಿನಿಮಾ ನೋಡುತ್ತಾ ಓದಿಕೊಂಡು, ಕೊನೆಗೆ ಸಿನಿಮಾ ನೋಡಿದ ಮೇಲೆ ಮತ್ತೊಮ್ಮೆ ಓದಿದರೆ ನಿಮಗೆ ಆ ಸಿನಿಮಾ ಹೀಗೆ ಕಟ್ಟಿದ್ದಾರೆ ಎಂಬ ಮ್ಯಾಜಿಕ್ ಗೊತ್ತಾಗುತ್ತದೆ.

ನಾವು ಒಂದು ಉದಾಹರಣೆ ಮೂಲಕ ಒಂದು ದೃಶ್ಯವನ್ನ ಸ್ಕ್ರೀನ್–ಪ್ಲೇನಲ್ಲಿ ಹೇಗೇ ಬರೆಯಬಹುದು ಎಂದು ನೋಡಿದೆವು. ಈಗ ಸ್ಟ್ಯಾಂಡರ್ಡ್ ಫಾರ್‌ಮ್ಯಾಟ್ ಅನ್ನು ಒಮ್ಮೆ ನೋಡಿಬಿಡೋಣ. ಆಗ ಇನ್ನಷ್ಟು ಅರ್ಥವಾಗುತ್ತದೆ.

ಇದು ಒಂದು ಫಾರ್‌ಮ್ಯಾಟ್ ಆಗಲೇ ಹೇಳಿದಂತೆ ಎಲ್ಲರು ಬಳಸುವುದು ಒಂದೇ ಫಾರ್‌ಮ್ಯಾಟ್.

1. **ಮೊದಲು ದೃಶ್ಯ ಹೇಗೇ ಶುರುವಾಗುತ್ತೆ ಎಂದು ಶುರುಮಾಡಬೇಕು.** ಅಂದರೆ ಸಡನ್ನಾಗಿ ನಿಮ್ಮ ದೃಶ್ಯ ಶುರುವಾಗಬೇಕಾ ಅಥವಾ ಮೊದಲು ತೆರೆ ಕಪ್ಪು ಆಗಿದ್ದು ನಿಧಾನವಾಗಿ ದೃಶ್ಯ ತೆರೆದುಕೊಳ್ಳಬೇಕಾ ಎಂದು. ನಿಧಾನವಾಗಿ ದೃಶ್ಯ ತೆರೆದುಕೊಳ್ಳಬೇಕಾದರೆ FADE IN ಅಂತ ಬಳಸಿ. ಅದೇ ದೃಶ್ಯದ ಅಂತ್ಯದಲ್ಲಿ ನಿಧಾನವಾಗಿ ದೃಶ್ಯ ಕಪ್ಪಾಗಿ ಮುಗಿಯಬೇಕಾದರೆ FADE OUT ಬಳಸಿ.

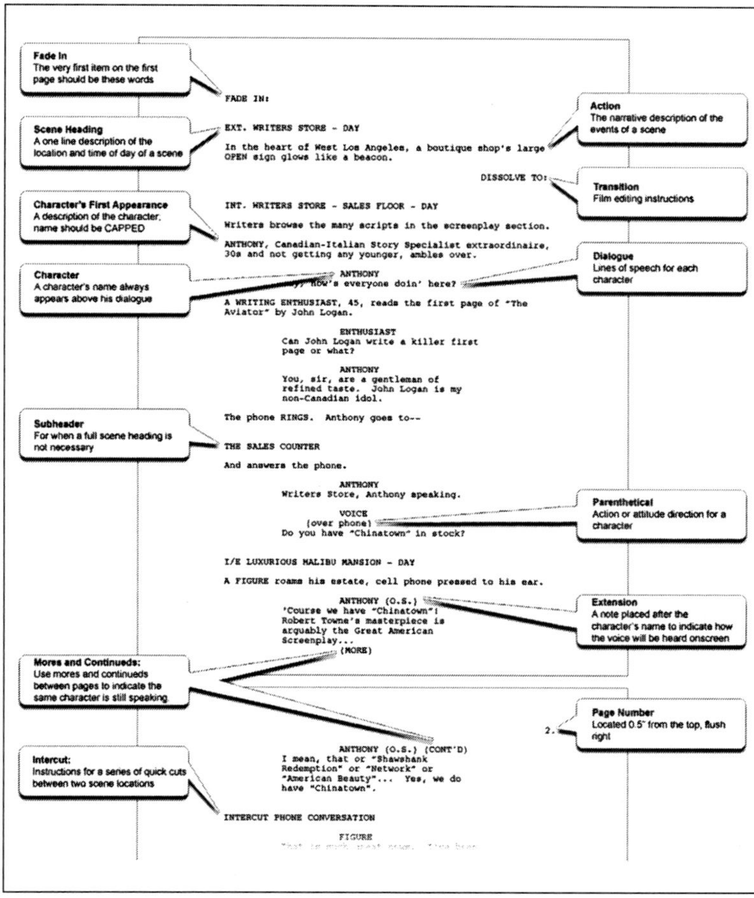

2. **ಸೀನ್ ಹೆಡ್ಡಿಂಗ್** –ಆಗಲೇ ನಾವು ಇದರ ಬಗ್ಗೆ ಮಾತಾಡಿದ ಹಾಗೆ, ಸೀನ್ ಹೆಡ್ಡಿಂಗ್‌ನಲ್ಲಿ ದೃಶ್ಯ ಎಲ್ಲಿ ಯಾವಾಗ ಮತ್ತು ಯಾವ ಸ್ಥಳದಲ್ಲಿ ನಡೆಯುತ್ತಿದೆ ಎಂಬುದು ಗೊತ್ತಾಗುತ್ತದೆ.
3. **ಆಕ್ಷನ್/ಕ್ರಿಯೆ** –ದೃಶ್ಯದಲ್ಲಿ ಏನೆಲ್ಲಾ ನಡೆಯುತ್ತಿದೆ ಎಂಬುದನ್ನ ಬರೆಯಬೇಕು. ಪಾತ್ರಗಳು ಏನು ಮಾಡುತ್ತಿವೆ ಎಂಬುದು ಗೊತ್ತಾಗುತ್ತದೆ.
4. **ಟ್ರಾನ್ಸಿಶನ್** –ದೃಶ್ಯ ಮತ್ತು ದೃಶ್ಯದ ನಡುವಿನ ಟ್ರಾನ್ಸಿಶನ್ ಹೇಗಿರಬೇಕೆಂದು ಗೊತ್ತಾಗುತ್ತದೆ. ಅದನ್ನ ಇನ್ನೂ ಡಿಟೇಲ್ ಆಗಿ ಎಡಿಟಿಂಗ್ ಅಧ್ಯಾಯದಲ್ಲಿ ತಿಳಿದುಕೊಳ್ಳೋಣ.

5. **ಪಾತ್ರಗಳು** –ದೃಶ್ಯದಲ್ಲಿನ ಪಾತ್ರ ಪರಿಚಯವಾಗುವಾಗ ಅದನ್ನ ಹೈಲೈಟ್ ಮಾಡಿಕೊಳ್ಳಿ. ಜೊತೆಗೆ ಆ ಪಾತ್ರದ ಆದಷ್ಟು ಡಿಟೇಲ್ಸ್ ಇರಲಿ. ಪಾತ್ರದ ವಯಸ್ಸು, ಬಣ್ಣ, ಧರಿಸಿರುವ ಬಟ್ಟೆ, ಮುಖದಲ್ಲಿನ ಭಾವ ಹೀಗೆ ಎಷ್ಟು ಸಾಧ್ಯವೋ ಅಷ್ಟು ಬರೆದುಕೊಳ್ಳಿ.

6. **ಸಂಭಾಷಣೆ/ಡೈಲಾಗ್** –ಪಾತ್ರಗಳು ಏನು ಮಾತಾಡುತ್ತಿವೆ ಎಂಬುದು ಗೊತ್ತಾಗುತ್ತದೆ. ಇಲ್ಲಿ ಬ್ರಾಕೆಟ್‌ನಲ್ಲಿ ಆ ಪಾತ್ರ ಯಾವ ಧ್ವನಿಯಲ್ಲಿ ಮಾತಾಡುತ್ತಿದೆ ಎಂಬುದನ್ನ ಕೂಡ ಬರೆದುಕೊಂಡರೆ ಶೂಟಿಂಗ್ ವೇಳೆ ತುಂಬಾ ಉಪಯೋಗವಾಗುತ್ತದೆ.

   ಡೈಲಾಗ್/ಸಂಭಾಷಣೆ ಭಾಗ ಮಧ್ಯದಲ್ಲಿ ಇರಬೇಕು. ಮೊದಲು ಪಾತ್ರದ ಹೆಸರು ಬರೆದು ಒಂದು ಸೆಮಿಕೊಲೊನ್ ಇಟ್ಟು ಅದರ ಕೆಳಗೆ ಸಂಭಾಷಣೆಯ ಸಾಲುಗಳು.

7. **ಸಬ್ ಹೆಡರ್** –ಅಂದ್ರೆ ದೃಶ್ಯದಲ್ಲಿ ಒಂದು ಪಾತ್ರ ದೃಶ್ಯ ನಡೆಯುವ ಸ್ಥಳದಲ್ಲೇ ಬೇರೊಂದು ಸ್ಥಳಕ್ಕೆ ಹೋದಾಗ ಅದನ್ನು ಸಬ್ ಹೆಡರ್ ಎನ್ನುವರು. ಉದಾಹರಣೆ, ಮನೆಯ ಹಾಲ್‌ನಲ್ಲಿ ಮಾತಾಡುತ್ತಿರುವ ಪಾತ್ರ ಅಡುಗೆಮನೆಗೆ ಹಾಗೆ ಮಾತಾಡುತ್ತ ಹೋದರೆ ಅಡುಗೆ ಮನೆ ಸಬ್ ಹೆಡರ್ ಆಗುತ್ತೆ. ಸಂಭಾಷಣೆ ಕಟ್ ಆಗದೆ ಮುಂದುವರಿಯುವದರಿಂದ ಅದು ಒಂದೇ ದೃಶ್ಯದಲ್ಲಿ ಇರುತ್ತದೆ.

ಇದಿಷ್ಟು ಮುಖ್ಯವಾದ ಭಾಗಗಳು. ಇದು ಬಿಟ್ಟು ತುಂಬಾ ಮುಖ್ಯವಾದ ಅಂಶ ಇದ್ದರೆ ಅದನ್ನ ನೀವು ಬ್ರಾಕೆಟ್‌ನಲ್ಲಿ ಬರೆಯಬಹುದು.

ಇವು ಸ್ಕ್ರೀನ್–ಪ್ಲೇ ಯ ಮುಖ್ಯ ಅಂಶಗಳು. ಇದಿಷ್ಟು ನಿಮಗೆ ಗೊತ್ತಾದರೆ ನೀವು ಬರೆದುಕೊಂಡ ಕಥೆಯನ್ನ ಸ್ಕ್ರೀನ್–ಪ್ಲೇ ಆಗಿ ಬರೆಯಬಹುದು, ಸ್ಕ್ರೀನ್–ಪ್ಲೇ ಬಗ್ಗೆ ಕೆಲವು ರೂಲ್ಸ್ ಇದೆ. ಅಂದರೆ ಬಳಸೋ ಫಾಂಟ್ ಮತ್ತು ಅಕ್ಷರದ ಸೈಜು ಇಷ್ಟೇ ಇರಬೇಕು ಎಂದೆಲ್ಲ ಇದೆ. ಅದೆಲ್ಲದರ ಬಗ್ಗೆ ತಲೆ ಕೆಡಿಸಿಕೊಳ್ಳಬೇಡಿ. ಓದಲು ಸೂಕ್ತವಾದ ಕಂಫರ್ಟ್ ಅನಿಸುವಂತ ಫಾಂಟ್ ಮತ್ತು ಅಕ್ಷರದ ಸೈಜು ಇರಲಿ. ನಿಮ್ಮ ಸ್ಕ್ರೀನ್–ಪ್ಲೇ ಬೇರೆಯವರಿಗೆ ಅದರಲ್ಲೂ ಸಿನಿಮಾ ರಂಗದವರಿಗೆ ಕಳಿಸಬೇಕಾದರೆ ಆದಷ್ಟು ಅಕ್ಷರದ ಸೈಜು 12 ಇರಲಿ. ಜೊತೆಗೆ ವ್ಯಾಕರಣ ಸರಿ ಇದೆಯಾ ನೋಡಿಕೊಳ್ಳಿ. ಯಾವ ಸ್ಪೆಲ್ಲಿಂಗ್ ಮಿಸ್ಟೇಕ್ ಇರದಂತೆ ಆದಷ್ಟು ನೋಡಿಕೊಳ್ಳಿ. ನೀವು ಬೇರೆಯವರಿಗೆ ಕೊಡುವ ಮುನ್ನ ಎರಡು ಮೂರು ಸಲ ಓದಿ ಕೊಡಿ.

ಇಲ್ಲಿಗೆ ನಿಮ್ಮ ಕಿರುಚಿತ್ರದ ಮೊದಲ ಹೆಜ್ಜೆ ಶುರುವಾಗುತ್ತದೆ. ನೀವೊಂದು ಕಥೆ ಹೇಳಬೇಕು. ಅದಕ್ಕೆ ಕಥೆ ಸಿದ್ಧವಾಗಿದೆ. ಅದನ್ನ ಈಗ ಸ್ಕ್ರೀನ್–ಪ್ಲೇ

ಬರೆಯಿರಿ. ಒಂದು ಸಲ ಬರೆಯುವುದನ್ನ ಡ್ರಾಫ್ಟ್ ಅಂತಾರೆ. ಮೊದಲ ಡ್ರಾಫ್ಟ್ ಅಂದ್ರೆ ನಿಮ್ಮ ಕಥೆಗೆ ಬರೆದ ಮೊದಲ ಸ್ಕ್ರೀನ್–ಪ್ಲೇ. ಸ್ವಲ್ಪ ದಿನ ಬಿಟ್ಟು ಮತ್ತೆ ಓದಿ ಒಂದಷ್ಟು ತಿದ್ದುಪಡಿ ಮಾಡಿದರೆ ಅದನ್ನ ಸೆಕೆಂಡ್ ಡ್ರಾಫ್ಟ್ ಎನ್ನುತ್ತಾರೆ. ಹೀಗೆ ನೀವು ಎಷ್ಟು ಸಲ ತಿದ್ದುವಿರೋ ಅದು ಅಷ್ಟು ಸಲದ ಡ್ರಾಫ್ಟ್ ಆಗುತ್ತದೆ. ಹೆಚ್ಚು ಹೆಚ್ಚು ತಿದ್ದಿದಷ್ಟು ನಿಮ್ಮ ಸ್ಕ್ರೀನ್–ಪ್ಲೇ ಒಂದು ಶೇಪ್ ತೆಗೆದುಕೊಳ್ಳುತ್ತಾ ಹೋಗುತ್ತದೆ.

ಈಗ ನಾವು ಶುರುಮಾಡಿದ ಕಥೆಯನ್ನ ಸ್ಕ್ರೀನ್–ಪ್ಲೇ ಮಾಡೋಣ. ಇದೊಂದು ಟಾಸ್ಕ್ ತರಹ. ಅದಕ್ಕೆ ಏನು ಮಾಡಬೇಕು? ಹಿಂದಿನ ಅಧ್ಯಾಯದಲ್ಲಿ ನಾವು ಒಂದಷ್ಟು ಟ್ವಿಸ್ಟ್ ಕೊಟ್ಟು ನಿಲ್ಲಿಸಿದ ಕಥೆ ನೋಡೋಣ.

> "ಬೆಳಗ್ಗೆ ಅಲಾರಾಂ ಹೊಡೆದು ಕೊಳ್ಳುತ್ತದೆ. ನಮ್ಮ ಹೀರೊ ಗೊಣಗುತ್ತ ಎದ್ದು, ಸ್ನಾನ ಮಾಡಿ, ಕಾಫಿ ಕುಡಿದು, ತಿಂಡಿ ತಿಂದು, ಬ್ಯಾಗ್ ಹಿಡಿದು ಓಡುತ್ತಾನೆ. ಬಸ್ ಸಿಗುತ್ತದೆ ಹತ್ತಿ ಕಿಟಕಿ ಪಕ್ಕ ಕೂತು ಹೊರ ಜಗತ್ತು ನೋಡುತ್ತಾ ಕಾಲೇಜು ನಿಲ್ದಾಣ ಬಂದಾಗ ಎದ್ದೇಳುತ್ತಾನೆ. ಬಸ್‌ಗೆ ಯಾವುದೊ ಬೆಕ್ಕು ಅಡ್ಡ ಬಂದು ಬ್ರೇಕ್ ಬೀಳುತ್ತದೆ. ಹೀರೊನ ಬ್ಯಾಗ್ ಕೆಳಕ್ಕೆ ಬೀಳುತ್ತದೆ. ಬ್ಯಾಗ್ ಎತ್ತಿಕೊಂಡು ಬಸ್ ನಿಲ್ಲಿಸಿದಾಗ ಇಳಿಯುತ್ತಾನೆ. ಕಾಲೇಜ್ ಕಡೆ ಹೋಗುತ್ತಾನೆ. ಅಲ್ಲಿ ಅವರ ಸ್ನೇಹಿತರು 'ಹಾಯ್' ಅನ್ನುತ್ತಾರೆ. ಇವನು ನಕ್ಕು ಹಾಯ್ ಎನ್ನುತ್ತಾನೆ. ಹಾಯ್ ಅನ್ನುತ್ತಾ ನಡೆಯುವಾಗ ಅವನ ಬ್ಯಾಗಿನಿಂದ ರಕ್ತ ತೊಟ್ಟಿಕ್ಕುತ್ತಿರುತ್ತದೆ! ಅವನ ಬ್ಯಾಗಿನಲ್ಲಿ ಒಂದು ಚಾಕು ಇದೆ!
>
> ಅವನ ಕೋಣೆಯ ಮಲಗುವ ಒಳಗಡೆ ಒಂದು ಹೆಣ್ಣು ಶವ ಇದೆ!"

ಇದು ನಮ್ಮ ಕಥೆ. ಮೊದಲು ಈ ಕಥೆಯನ್ನ ಎಷ್ಟು ದೃಶ್ಯ ಮಾಡಬೇಕು ನೋಡೋಣ. ಆಗಲೇ ಹೇಳಿದಂತೆ ಒಂದು ದೃಶ್ಯ ಅಂದ್ರೆ ಒಂದು ಸ್ಥಳದಲ್ಲಿ ನಡೆಯುವಂತದ್ದು. ಇಲ್ಲಿ ಎಷ್ಟು ಲೊಕೇಶನ್/ಸ್ಥಳ ಇದೆ.

1. ದೃಶ್ಯ ಒಂದು –ಹೀರೋನ ಮನೆ ಅವನ ರೂಮು
2. ದೃಶ್ಯ ಎರಡು –ಬಸ್ ನಿಲ್ದಾಣ ಮತ್ತು ಬಸ್ ಒಳಗೆ
3. ದೃಶ್ಯ ಮೂರು –ಕಾಲೇಜ್ ಹೊರಗೆ

ಒಟ್ಟು ಮೂರು ದೃಶ್ಯಗಳಿದೆ ಕೊನೆಯಲ್ಲಿ ಬರುವ ಟ್ವಿಸ್ಟ್ ಅನ್ನು ಇಂಟರ್ ಕಟ್ ದೃಶ್ಯ ಮಾಡಬೇಕು. ಅಂದ್ರೆ ಮಧ್ಯ ಸಡನ್ನಾಗಿ ತೋರಿಸುವ ದೃಶ್ಯ ಅದು. ಅದು ಸೇರಿ ನಾಲ್ಕು ದೃಶ್ಯಗಳು ಇವೆ. ಈಗ ಮೇಲಿನ ಕಥೆಯನ್ನ ನಾಲ್ಕು

ದೃಶ್ಯಗಳಾಗಿ ಬರೆಯೋಣ. ಅದರ ಮುಂಚೆ ನಮ್ಮ ಹೀರೊಗೆ ಒಂದು ಹೆಸರು ಕೊಡೋಣ 'ರಜನೀಶ್' ಅಂತ.

ದೃಶ್ಯ 1

INT: DAY/HERO HOME

ಅಲಾರಾಂ ಬಡಿಯುತ್ತದೆ. ರಜನೀಶ್ ಗೊಣಗುತ್ತ ಎದ್ದೇಳುತ್ತಾನೆ. ಎದ್ದು ಅಲಾರಾಂ ಆಫ್ ಮಾಡುತ್ತಾನೆ.

ಸ್ನಾನ ಮಾಡುವ ದೃಶ್ಯ

MONTAGES

ಕಾಫಿ ಕುಡಿದು ತಿಂಡಿ ತಿಂದು ಬ್ಯಾಗ್ ಹಿಡಿದು ಓಡುವ ದೃಶ್ಯ.

(MONTAGES ಅಂದ್ರೆ ಬಿಡಿ ಬಿಡಿ ದೃಶ್ಯಗಳು)

ದೃಶ್ಯ 2

EXT/INT: DAY/BUS STOP/BUS

ರಜನೀಶ್ ಬಸ್ ನಿಲ್ದಾಣದಲ್ಲಿ ನಿಂತಿದ್ದಾನೆ. ಬಸ್ ಬರುವುದು ಅದಕ್ಕೆ ಹತ್ತಿ ಕಿಟಕಿ ಪಕ್ಕ ಕೂತು ಹೊರ ಜಗತ್ತು ನೋಡುತ್ತಾನೆ. ಬಸ್‌ಗೆ ಯಾವುದೊ ಬೆಕ್ಕು ಅಡ್ಡ ಬಂದು ಬ್ರೇಕ್ ಬೀಳುತ್ತೆ. ರಜನೀಶ್‌ನ ಬ್ಯಾಗ್ ಕೆಳಕ್ಕೆ ಬೀಳುತ್ತೆ ಅದನ್ನು ಎತ್ತಿಕೊಂಡು ಬಸ್ ನಿಲ್ಲಿಸಿದಾಗ ಇಳಿಯುತ್ತಾನೆ.

ದೃಶ್ಯ 3

EXT: DAY/COLLEGE GATE

ರಜನೀಶ್ ಕಾಲೇಜಿನ ಗೇಟ್ ಹತ್ತಿರ ಬರಲು ಅಲ್ಲಿ ಅವರ ಸ್ನೇಹಿತರು ಇದ್ದಾರೆ.

ಸ್ನೇಹಿತ 1:
ಹಾಯ್ ಮಗ

ರಜನೀಶ್:
ಹಾಯ್ ಮಗ

ಹಾಯ್ ಅನ್ನುತ್ತಾ ನಡೆಯುವಾಗ ಕ್ಯಾಮೆರಾ ಅವನ ಬ್ಯಾಗ್‌ಗೆ ಕ್ಲೋಸಪ್ ಆಗುತ್ತೆ. ಬ್ಯಾಗಿನಿಂದ ರಕ್ತ ತೊಟ್ಟಿಕ್ಕುತ್ತಿರುತ್ತದೆ!

ಇಂಟರ್ ಕಟ್ ದೃಶ್ಯ

INT: DAY/HERO ROOM

ಅವನ ರೂಮು ಒಳಗಡೆ ಒಂದು ಹೆಣ್ಣು ಶವ ಇದೆ.

-end-

ಇದು ನಮ್ಮ ಕಥೆಯ ಸ್ಕ್ರೀನ್–ಪ್ಲೇ. ಮತ್ತೇಕೆ ತಡ ನೀವು ನಿಮ್ಮ ಕಥೆಗೆ ಸ್ಕ್ರೀನ್‌ಪ್ಲೇ ಶುರು ಹಚ್ಚಿಕೊಳ್ಳಿ. ಆದಷ್ಟು ಬೇರೆ ಬೇರೆ ಸಿನಿಮಾಗಳ ಸ್ಕ್ರಿಪ್ಟ್ ಸ್ಕ್ರೀನ್‌ಪ್ಲೇ ಡೌನ್‌ಲೋಡ್ ಮಾಡಿಕೊಳ್ಳಿ. ದಿನ ಅದನ್ನು ಓದಿ ಸಿನಿಮಾ ನೋಡುತ್ತಾ ತಿಳಿದುಕೊಳ್ಳಿ.

ಇನ್ನೊಂದು ಹೇಳುವುದು ಮರೆತೆ, ಸಾಮಾನ್ಯವಾಗಿ ಒಂದು ಸ್ಕ್ರೀನ್–ಪ್ಲೇನ ಒಂದು ಪೇಜ್, ಒಂದು ನಿಮಿಷದ ದೃಶ್ಯ ಎನ್ನುವ ಪದ್ಧತಿ ಇದೆ. ಅದು ಸುಮ್ಮನೆ ನಿಮ್ಮ ಗಮನಕ್ಕಿರಲಿ. ನಿಮ್ಮ ಸಿನಿಮಾ ಹತ್ತು ನಿಮಿಷದಾಗಿದ್ದರೆ ಹತ್ತು ಪುಟದ ಸ್ಕ್ರೀನ್–ಪ್ಲೇ ಇರಬೇಕು ಎಂದು. ಆದರೆ ಇರಲೇಬೇಕೆಂಬ ಯಾವ ಕಾನೂನಿಲ್ಲ.

ಚಿಲ್ ಮಾಡಿ. ಸ್ಕ್ರೀನ್–ಪ್ಲೇ ಬರೆಯಲು ಶುರು ಮಾಡಿ.

ಪಾತ್ರವರ್ಗ ಮತ್ತು ತಾಂತ್ರಿಕವರ್ಗ

> "I think cinema, movies, and magic have always been closely associated. The very earliest people who made films were magicians."
>
> **—Francis Ford Coppola**

ಒಂದು ಸಲ ನೀವು ಕಿರುಚಿತ್ರ ಮಾಡಲೇಬೇಕೆಂದು ತೀರ್ಮಾನ ಮಾಡಿದ ಮೇಲೆ ಅದಕ್ಕೊಂದು ಕಥೆ ಸಿಕ್ಕೇ ಸಿಗುತ್ತದೆ. ಕಥೆ ಸಿಕ್ಕ ಮೇಲೆ ಅದಕ್ಕೊಂದು ಚಿತ್ರಕಥೆ ಕೂಡ ಮಾಡಿಕೊಳ್ಳುವುದು ಹೇಗೆಂದು ನಿಮಗೆ ಅರಿವಿಗೆ ಬಂದಿರುತ್ತದೆ. ಮುಂದೇನು? ಈಗ ನಿಮಗೆ ಬೇಕಾಗಿರೋದು ಒಂದು ತಂಡ. ಸಿನಿಮಾದ ಕನಸು ಕಾಣುವುದು ನೀವು ಒಬ್ಬರೇ ಆದರೂ ಅದನ್ನು ಸಾಕಾರಗೊಳಿಸುವುದು ತುಂಬಾ ಜನರು; ಅದಕ್ಕೆ ಜೀವ ಕೊಡುವುದು ತುಂಬಾ ಜನರು. ಅವರನ್ನ ಹೀಗೆ ವಿಂಗಡಿಸಿಕೊಳ್ಳೋಣ ಒಂದು ಪಾತ್ರವರ್ಗ, ಮತ್ತೊಂದು ತಾಂತ್ರಿಕವರ್ಗ. ಪಾತ್ರವರ್ಗ ಅಂದರೆ ನಿಮ್ಮ ಕಿರುಚಿತ್ರದಲ್ಲಿ ಅಭಿನಯಿಸುವವರು, ನೀವು ಸೃಷ್ಟಿಸಿದ ಪಾತ್ರಗಳಿಗೆ ಜೀವ ತುಂಬುವವರು ಮತ್ತು ನ್ಯಾಯ ಸಲ್ಲಿಸುವವರು. ಇನ್ನೂ ತಾಂತ್ರಿಕ ತಂಡ ಅಂದರೆ ತೆರೆಯ ಹಿಂದೆ ಕೆಲಸ ಮಾಡುವವರು ಕ್ಯಾಮೆರಾಮ್ಯಾನ್, ಎಡಿಟರ್, ಮ್ಯೂಸಿಕ್ ಡೈರೆಕ್ಟರ್ ಹೀಗೆ ಈ ಎರಡು ವರ್ಗದವರು ಸೇರಿ ಒಂದು ಸಿನಿಮಾ ತಂಡ ಆಗುತ್ತೆ. ಒಂದೊಳ್ಳೆ ಸಿನಿಮಾ ಹಿಂದೆ ಒಂದೊಳ್ಳೆ ಸಿನಿಮಾ ತಂಡ ಇದ್ದೆ ಇರುತ್ತೆ.

ಇದನ್ನೇ ಇನ್ನೂ ವಿವರವಾಗಿ ನೋಡೋಣ.

ಪಾತ್ರವರ್ಗ

ನಿಮ್ಮ ಕಥೆ ಸಿದ್ಧವಾಗಿ ಅದಕ್ಕೊಂದು ಚಿತ್ರಕಥೆ ಬರೆದ ಮೇಲೆ ನೀವು ಮಾಡಬೇಕಾದ ಕೆಲಸ ನಿಮ್ಮ ಚಿತ್ರದಲ್ಲಿ ಬರುವ ಪಾತ್ರಗಳು ಯಾವುವು, ಮುಖ್ಯ ಪಾತ್ರವರ್ಗ ಮತ್ತು ಪೋಷಕವರ್ಗ ಎಲ್ಲವನ್ನು ನೋಟ್ ಮಾಡಿಕೊಳ್ಳಬೇಕು. ಅಂದರೆ ಸುಮ್ಮನೆ ಪಾತ್ರದ ಹೆಸರಷ್ಟೇ ಬರೆದಿಟ್ಟುಕೊಳ್ಳುವದಲ್ಲ, ಆದಷ್ಟು ಡೀಟೇಲ್ ಆಗಿ ಬರೆದಿಟ್ಟುಕೊಳ್ಳಿ, ಉದಾಹರಣೆಗೆ

1. ಪಾತ್ರದ ವಯಸ್ಸು ಮತ್ತು ಪಾತ್ರ ನೋಡಲು ಹೇಗಿದೆ ಎಂಬ ಡಿಟೇಲ್ಸ್ ಎಷ್ಟು ಉದ್ದ, ಎಷ್ಟು ಅಗಲ, ತೂಕದ ವ್ಯಕ್ತಿಯ ಅಥವಾ ಸ್ಲಿಮ್,

ಕೂದಲು ಇದೆಯಾ, ಇಲ್ಲ ಬೋಳುತಲೆಯ, ಪಾತ್ರಕ್ಕಿರುವ ಊನಗಳೇನು ಎನ್ನುವುದು

2. ಪಾತ್ರ ಎಲ್ಲಿ ಜೀವಿಸುತ್ತಿದೆ ಎಂಬುದು ಜಿಯೋಗ್ರಫಿಕಲ್ ಪರಿಚಯ, ಗುಡಿಸಲ? ಬಂಗಲೆಯ? ಸಿಟಿಯ? ಹಳ್ಳಿಯ? ಈ ತರ

3. ಪಾತ್ರದ ಮಾನಸಿಕ ಸ್ಥಿತಿ–ಬುದ್ಧಿವಂತನ? ದಡ್ಡನ? ಅಥವಾ ಕಾಂಪ್ಲಿಕೇಟೆಡ್ ಮನಸ್ಥಿತಿಯ?

ಹೀಗೆ ಎಷ್ಟು ಸಾಧ್ಯವೋ ಅಷ್ಟರ ಮಟ್ಟಿಗೆ ಪಾತ್ರಗಳ ನೋಟ್ ಮಾಡಿಟ್ಟುಕೊಳ್ಳಿ, ಸಾಧ್ಯವಾದರೆ ಅದಕ್ಕೆ ಒಗ್ಗುವ ನಟರ ಫೋಟೋ ಇದ್ದರೆ ಇಟ್ಟುಕೊಂಡಿರಿ. ಈ ಎಲ್ಲ ಡಿಟೇಲ್ಸ್ ಇದ್ದಾಗ ನಿಮಗೆ ಪಾತ್ರದ ಬಗ್ಗೆ ಮತ್ತಷ್ಟು ಸ್ಪಷ್ಟತೆ ಸಿಕ್ಕಿ ನಿಮ್ಮ ಚಿತ್ರ ಇನ್ನೂ ಡೀಪ್ ಆಗುತ್ತದೆ. ಜೊತೆಗೆ ಪ್ರತಿ ಡಿಟೇಲ್ಸ್ ಇಂದ ನಟರಿಗೆ ಆ ಪಾತ್ರದಲ್ಲಿ ಜೀವಿಸಲು ಬೇಕಾದ ಎಲ್ಲ ವಿವರಗಳು ಸಿಗುತ್ತೆ.

ಆಗಲೇ ಹೇಳಿದಂತೆ ಪಾತ್ರವರ್ಗದಲ್ಲಿ ಎರಡು ವಿಧ ಒಂದು ಮುಖ್ಯ ಪಾತ್ರಧಾರಿ ಮತ್ತೊಂದು ಮುಖ್ಯ ಪಾತ್ರಧಾರಿಗೆ ಪೂರಕವಾದ ಪೋಷಕ ವರ್ಗ.

ಮುಖ್ಯಪಾತ್ರಧಾರಿಗಳು

ನೀವು ಯಾರ ಕಥೆಯನ್ನ ಹೇಳುತ್ತಿದ್ದೀರೋ ಅವನು/ಅವಳು/ ಅವರು ಮುಖ್ಯ ಪಾತ್ರವಾಗುತ್ತಾರೆ. ಅದರಲ್ಲಿ ನಾಯಕ ನಾಯಕಿ ಜೊತೆಗೆ ಖಳನಾಯಕ/ನಾಯಕಿ ಇರುತ್ತಾರೆ. ನಿಮ್ಮ ಕಥೆ ನಾಯಕ ಪ್ರಧಾನವಾಗಿದ್ದರೆ ನಾಯಕ ಮುಖ್ಯ ಪಾತ್ರಧಾರಿ ಆಗಿಯೂ, ನಾಯಕಿ ಪ್ರಧಾನ ಚಿತ್ರ ಆಗಿದ್ದರೆ ನಾಯಕಿ ಮುಖ್ಯ ಪಾತ್ರಧಾರಿ ಆಗುವಳು. ಎಲ್ಲ ಕಥೆಗಳಿಗೂ ಖಳನಾಯಕ/ನಾಯಕಿ ಇದ್ದೆ ಇರುವ ಕಾರಣ ಅವರು ಕೂಡ ಮುಖ್ಯಪಾತ್ರಧಾರಿ.

ಪೋಷಕವರ್ಗ

ಮಿಕ್ಕೆಲ್ಲ ಪಾತ್ರಗಳು ಪೋಷಕವರ್ಗ ಅಂದುಕೊಳ್ಳೋಣ. ಕೆಲವೊಮ್ಮೆ ಪೋಷಕವರ್ಗ ಅಂದರೆ ಕೇವಲ ತಾಯಿ–ತಂದೆ–ಚಿಕ್ಕಪ್ಪ–ಚಿಕ್ಕಮ್ಮ–ಕ್ಲೋಸ್ ಫ್ರೆಂಡ್ ಅಂತ ಅಂದುಕೊಳ್ಳುವ ಅಪಾಯ ಇರೋದರಿಂದ ನಿಮಗೆ ಕನ್‌ಫ್ಯೂಸ್ ಆಗಬಹುದು. ಸದ್ಯ ಎರಡೇ ಪಾತ್ರವರ್ಗ ಅಂದುಕೊಳ್ಳೋಣ.

ಇಲ್ಲಿಗೆ ನಿಮ್ಮ ಕಥೆಯಲ್ಲಿ ಬರುವ ಮುಖ್ಯ ಪಾತ್ರ ಯಾವುದು, ಮತ್ತೆ ಅದಕ್ಕೆ ಪೂರಕವಾದ ಸಹಾಯಕ ಪೋಷಕ ಪಾತ್ರ ಯಾವುದು ಎಂದು ಗೊತ್ತಾಯಿತು. ಅದನ್ನ ಒಂದು ಕಡೆ ಬರೆದಿಟ್ಟುಕೊಳ್ಳಿ. ಎಷ್ಟು ಸಾಧ್ಯವೋ ಅಷ್ಟರ ಮಟ್ಟಿಗೆ ಡಿಟೇಲ್ಸ್ ಸಮೇತ ಬರೆದಿಟ್ಟುಕೊಳ್ಳಿ.

ಮುಂದಿನ ಹಂತ ಪಾತ್ರಗಳಿಗೆ ಸೂಕ್ತವಾಗುವ ನಟರನ್ನು ಸಂಪರ್ಕಿಸುವುದು, ಇಲ್ಲಿ ನಾವು ಮಾತನಾಡುತ್ತಿರುವುದು ಹೊಸದಾಗಿ ಕಿರುಚಿತ್ರ ಶುರುಮಾಡಿದವರಿಗೆ, ಹಾಗಾಗಿ ದೊಡ್ಡ ದೊಡ್ಡ ನಟರ ಸಹವಾಸ ಬೇಡ. ನಿಮ್ಮ ಅದೃಷ್ಟಕ್ಕೆ ನಿಮ್ಮ ಚಿತ್ರಕ್ಕೆ ದುಡ್ಡು ಹಾಕೋರು ಸಿಕ್ಕರೆ ಖಂಡಿತ ದೊಡ್ಡ ನಟರನ್ನು ಕೂಡ ಬಳಸಿಕೊಳ್ಳಬಹುದು.

ಈಗ ನಟರ/ಕಲಾವಿದರ ಆಯ್ಕೆ ಹೇಗೆ? ಸುಮ್ಮನೆ ನಟರ/ಕಲಾವಿದರ ವಿಧಗಳನ್ನು ನೋಡೋಣ

1. ವೃತ್ತಿಪರ ಕಲಾವಿದರು
2. ಹವ್ಯಾಸಿ ಕಲಾವಿದರು
3. ರಂಗಭೂಮಿ ಕಲಾವಿದರು
4. ನಟನೆಯಲ್ಲಿ ಆಸಕ್ತಿ ಇರುವ ಸಾಮಾನ್ಯರು

1. ವೃತ್ತಿಪರ ಕಲಾವಿದರು ಈಗಾಗಲೇ ನಟನೆಯಲ್ಲಿ ಸೈ ಅನಿಸಿಕೊಂಡು ನಟನೆಯನ್ನೇ ಬದುಕು ಮತ್ತು ಸಂಪಾದನೆ ಮಾಡಿಕೊಂಡವರು. ಒಂದಷ್ಟು ಸಿನಿಮಾ ಮಾಡಿರುವ ಕಲಾವಿದರು, ಜೊತೆಗೆ ಸೀರಿಯಲ್ ಕಲಾವಿದರು ಜಾಹೀರಾತಿನಲ್ಲಿನ ಕಲಾವಿದರು, ಇವರಿಗೆ ಕಾಲ್‌ಶೀಟ್ ಇರುತ್ತದೆ. ಅಂದರೆ ನಿಮ್ಮ ಸಿನಿಮಾಕ್ಕೆ ಇಂತಿಷ್ಟು ದಿನಗಳಿಗೆ ಇಂತಿಷ್ಟು ಸಂಭಾವನೆ ಕೊಟ್ಟರೆ ಅವರು ನಿಮ್ಮ ನಿಯಮಗಳಿಗೆ ಒಪ್ಪಿಕೊಂಡು ಕಾಲ್‌ಶೀಟ್ ಕೊಡುತ್ತಾರೆ. ದಿನಗಳ ಲೆಕ್ಕದಲ್ಲಿ ಕಾಲ್‌ಶೀಟ್ ಇರುತ್ತದೆ. ಒಂದು ಸಲ ಅವರು ಒಪ್ಪಿಕೊಂಡ ಕಾಲ್‌ಶೀಟ್ ಮುಗಿದರೆ ಮತ್ತೆ ನೀವು ಅವರನ್ನು ಚಿತ್ರಕ್ಕೆ ಬಳಸಿಕೊಳ್ಳಬೇಕಾದರೆ ಕಾಲ್‌ಶೀಟ್ ಮತ್ತೆ ಪಡೆಯಬೇಕು. ಹೆಚ್ಚು ಕಮ್ಮಿ ಎಲ್ಲ ವೃತ್ತಿಪರ ಕಲಾವಿದರಿಗೂ ಅವರ ಮ್ಯಾನೇಜರ್‌ಗಳು ಇದ್ದು ಅವರು ಇದೆಲ್ಲವನ್ನು ನೋಡಿಕೊಳ್ಳುತ್ತಾರೆ. ಸಿನಿಮಾ ಕಲಾವಿದರು ಲಕ್ಷಗಳವರೆಗೆ ಸಂಭಾವನೆ ಕೇಳಿದರೆ ಸೀರಿಯಲ್ ಕಲಾವಿದರು, ಜೂನಿಯರ್ ಕಲಾವಿದರು, ಜಾಹಿರಾತಿನ ಕಲಾವಿದರು ದಿನಕ್ಕೆ ಸಾವಿರಗಳ ಸಂಭಾವನೆ ಕೇಳುತ್ತಾರೆ, ಒಬ್ಬೊಬ್ಬರ ಸಂಭಾವನೆ ಒಂದೊಂದು ತರಹ. ಹಾಗಾಗಿ ಅವರನ್ನು ಒಪ್ಪಿಸುವ ಮುನ್ನ ಎಲ್ಲವನ್ನು ತಿಳಿದುಕೊಂಡರೆ ಒಳ್ಳೆಯದು.

2. ಹವ್ಯಾಸಿ ಕಲಾವಿದರು –ಇವರು ವೃತ್ತಿಯಾಗಿ ನಟನೆಯನ್ನು ತೆಗೆದುಕೊಳ್ಳದೆ ಇದ್ದರೂ ತಾವು ಮಾಡುವ ಕೆಲಸದ ಮಧ್ಯೆ ರಜೆ ತೆಗೆದುಕೊಂಡು ನಟನೆಗಾಗಿ ಬಂದು ನಟಿಸಿ ಹೋಗುವವರು. ಇವರು ಮೇಲೆ ಹೇಳಿದಂತೆ

ನಟನೆಯ ಸಂಭಾವನೆ ಮೇಲೆ ಜೀವನ ಅವಲಂಬಿಸಿಕೊಂಡಿರುವುದಿಲ್ಲ. ನಟನೆ ಇವರಿಗೆ ಪ್ಯಾಶನ್. ತುಂಬಾ ಇಷ್ಟಪಟ್ಟು ಸಿಕ್ಕ ಅವಕಾಶಗಳನ್ನು ಬಳಸಿಕೊಳ್ಳುವ ಕಲಾವಿದರು. ಇವರಿಗೆ ಕಾಲ್‌ಶೀಟ್ ಇರುವುದಿಲ್ಲ, ಇದ್ದರು ಕಮ್ಮಿ ಇರುತ್ತದೆ.

3. ರಂಗಭೂಮಿ ಕಲಾವಿದರು –ಇವರು ರಂಗಭೂಮಿಯಲ್ಲಿ ಸಕ್ರಿಯರಾಗಿದ್ದು ನಾಟಕಗಳ ತಾಲೀಮು ಮಾಡುತ್ತಾ ನಾಟಕ ಪ್ರದರ್ಶಿಸುತ್ತ ತಮ್ಮ ಬದುಕನ್ನು ಕಟ್ಟಿಕೊಂಡವರು. ಇವರಲ್ಲೂ ವೃತ್ತಿಪರ ರಂಗಭೂಮಿ ಕಲಾವಿದರು ಮತ್ತು ಹವ್ಯಾಸಿ ರಂಗಭೂಮಿ ಕಲಾವಿದರು ಇರುತ್ತಾರೆ. ಇವರಿಗೆ ರಂಗಭೂಮಿ ಮುಖ್ಯವಾಗಿರುತ್ತದೆ. ನಟನೆಯಲ್ಲಿ ಪಳಗಿರುತ್ತಾರೆ. ತಮಗೆ ಸೂಕ್ತವಾದ ಪಾತ್ರ ಸಿಕ್ಕಾಗ ಸಂಭಾವನೆ ಸಹಿತ ಅಥವಾ ಸಂಭಾವನೆ ಇಲ್ಲದೆ ಬಂದು ನಟಿಸುತ್ತಾರೆ.

4. ನಟನೆಯಲ್ಲಿ ಆಸಕ್ತಿ ಇರುವ ಸಾಮಾನ್ಯರು –ಇವರಿಗೆ ನಟನೆ ಬಗ್ಗೆ ಆಸಕ್ತಿ ಇರುತ್ತದೆ. ಆದರೆ ನಟನೆಯಲ್ಲಿ ತರಬೇತಿ ಇರುವುದಿಲ್ಲ. ತಮ್ಮ ಪಾಡಿಗೆ ಕೆಲಸ ಮಾಡುತ್ತ ಯಾವತ್ತಾದರೂ ಸಿನಿಮಾ ಚಾನ್ಸ್ ಸಿಕ್ಕರೆ ನಟಿಸಬೇಕು ಎಂದುಕೊಂಡವರು. ಇನ್ನೂ ಸಿಂಪಲ್ ಆಗಿ ಹೇಳಬೇಕು ಅಂದರೆ ನಟರಲ್ಲದವರು. ಇತ್ತೀಚೆಗೆ ನಟರಲ್ಲದವರನ್ನು ಸೇರಿಸಿ ಸಿನಿಮಾ ಮಾಡುವ ಟ್ರೆಂಡ್ ಕೂಡ ಇದೆ. 'ತಿಥಿ' ಸಿನಿಮಾ ಇದಕ್ಕೆ ಒಂದೊಳ್ಳೆ ಉದಾಹರಣೆ. ಕಿರುಚಿತ್ರದ ಪಯಣದ ಆರಂಭದಲ್ಲಿ ನಿಮ್ಮ ಕೈ ಹಿಡಿಯುವವರು ಇವರೇ. ಇವರು ನಿಮ್ಮ ಸ್ನೇಹಿತರು ಆಗಿರಬಹುದು ಅಥವಾ ಮನೆಯವರೆ ಆಗಿರಬಹುದು. ಖುಷಿಯ ವಿಚಾರ ಅಂದ್ರೆ ಇವರು ಸಂಭಾವನೆಯನ್ನ ಬಯಸುವುದಿಲ್ಲ.

ಇದಿಷ್ಟು ಕಲಾವಿದರಲ್ಲಿ ನಿಮ್ಮ ಚಿತ್ರಕ್ಕೆ ನಿಮಗಿರುವ ಬಜೆಟ್‌ಗೆ ಯಾರು ಸೂಕ್ತ ಎಂದು ನೋಡಿಕೊಳ್ಳಿ, ಒಂದು ಸಲ ಗೊತ್ತಾದ ಮೇಲೆ. ಅವರನ್ನು ಸಂಪರ್ಕಿಸಿ ನೀವು ಅವರನ್ನು ನಟಿಸಲು ಕೇಳಬಹುದು. ಸಾಮಾನ್ಯವಾಗಿ ಇತ್ತೀಚಿನ ದಿನಗಳಲ್ಲಿ ಆಡಿಶನ್ ಮಾಡುತ್ತಾರೆ. ಒಂದಷ್ಟು ನಟನೆಯಲ್ಲಿ ಆಸಕ್ತಿ ಇರುವವರನ್ನು ಕರೆದು ಅವರನ್ನು ನೋಡಿ ಅವರ ಕೈಲಿ ಒಂದಿಷ್ಟು ಸ್ಯಾಂಪಲ್ ನಟನೆ ಮಾಡಿಸಿ ಕ್ಯಾಮೆರಾ ಕಣ್ಣಿಗೆ ಹೇಗೆ ಕಾಣುವರು ಎಂದು ನೋಡಿ, ಸೂಕ್ತವಾದರನ್ನು ಒಪ್ಪುತ್ತಾರೆ. ಇದು ಒಂದು ರೀತಿ ಬೆಸ್ಟ್ ಮೆಥಡ್ ಕೂಡ.

ನೀವು ಕಿರುಚಿತ್ರಕ್ಕೆ ಹೊಸಬರು, ಆದ್ದರಿಂದ ಇನ್ನೂ ಬೆಸ್ಟ್ ಮೆಥಡ್ ಎಂದರೆ ಸಮೀಪದ ಫಿಲಂ–ಸ್ಕೂಲ್, ಆ್ಯಕ್ಟಿಂಗ್ ಸ್ಕೂಲ್‌ಗಳಿಗೆ ಹೋಗಿ

ಅಲ್ಲಿ ನಟನೆಯನ್ನು ಕಲಿಯುತ್ತಿರುವ ವಿದ್ಯಾರ್ಥಿಗಳಲ್ಲಿ ನಿಮಗೆ ಸೂಕ್ತ ಅನಿಸಿದವರಿಗೆ ಅವಕಾಶ ಕೊಡುವುದು. ಇಲ್ಲಿ ಆಗುವ ಒಂದು ಲಾಭ ಏನೆಂದರೆ ನಟನ ವಿದ್ಯಾರ್ಥಿಗಳು ಸಂಭಾವನೆ ಕೇಳುವುದಿಲ್ಲ, ಅವಕಾಶಕ್ಕಾಗಿ ಕಾಯುತ್ತಿರುತ್ತಾರೆ. ನೀವು ಕೊಟ್ಟ ಅವಕಾಶವನ್ನು ಸದುಪಯೋಗ ಪಡೆದುಕೊಳ್ಳಲು ಸಿದ್ಧರಿರುತ್ತಾರೆ. ಹಾಗಾಗಿ ಇದು ಕೂಡ ಒಂದು ಒಳ್ಳೆಯ ಆಯ್ಕೆ.

ನಿಮಗೆ ಅನಿಸಿದ ಹಾಗೆ ಯಾವ ಆಡಿಶನ್ ಇಲ್ಲದೆಯೋ, ಅಥವಾ ಆಡಿಶನ್ ಮಾಡಿ, ಅಥವಾ ವೃತ್ತಿಪರ ಕಲಾವಿದರ ಕಾಲ್‌ಶೀಟ್ ಪಡೆದು ಅವರೇ ಎಂದು ನಿರ್ಧರಿಸಿದ ಮೇಲೆ ಅವರಿಗೆ ನಿಮ್ಮ ಕಿರುಚಿತ್ರದ ಚಿತ್ರಕಥೆ ಕಾಪಿ ಕೊಡಿ. ಅದರಲ್ಲಿ ಅವರ ಪಾತ್ರ ಹೇಗಿದೆ? ಹೇಗೆ ವರ್ತಿಸುತ್ತದೆ? ನಿಮ್ಮ ತಲೆಯಲ್ಲಿ ಏನೆಲ್ಲಾ ಇದೆ ಅವರಿಗೆ ಅದನ್ನು ದಾಟಿಸಿ, ಸಾಧ್ಯವಾದರೆ ಒಂದು–ಎರಡು ದಿನ ರಿಹರ್ಸಲ್ ಕೂಡ ಮಾಡಿಕೊಂಡರೆ ಅಥವಾ ವರ್ಕ್‌ಶಾಪ್ ಮಾಡಿಕೊಂಡಷ್ಟು ಒಳ್ಳೆಯದು. ಶೂಟಿಂಗ್ ಬೇಗ ಮುಗಿಯುತ್ತದೆ. ಜೊತೆಗೆ ಕಲಾವಿದರ ಜೊತೆ ಒಂದೊಳ್ಳೆ ಫ್ರೀಕ್ವೆನ್ಸಿ ಬೆಳೆದಿರುತ್ತದೆ. ಇನ್ನೂ ಚೆನ್ನಾಗಿ ನಟನೆ ತೆಗೆಸಬಹುದು.

ಇನ್ನೂ ಎರಡನೆಯ ಭಾಗಕ್ಕೆ ಬರೋಣ. ಅದುವೇ ತಾಂತ್ರಿಕವರ್ಗ. ಅಂದರೆ ತೆರೆಯ ಹಿಂದೆ ಕೆಲಸ ಮಾಡುವ ತಂಡ ಕಿರುಚಿತ್ರಕ್ಕೆ ಕಮ್ಮಿ ಇರುತ್ತಾರೆ. ಒಬ್ಬ ಕ್ಯಾಮೆರಾಮ್ಯಾನ್, ಒಬ್ಬ ಎಡಿಟರ್, ಒಬ್ಬ ಮ್ಯೂಸಿಕ್ ಡೈರೆಕ್ಟರ್ ಮತ್ತೆ ನಿರ್ದೇಶಕ ಅಂದುಕೊಳ್ಳೋಣ. ದೊಡ್ಡ ಸಿನಿಮಾ ಆದರೆ ಇನ್ನೂ ಎಷ್ಟೋ ಜನರು ಬರುತ್ತಾರೆ ಸೆಟ್ ಹುಡುಗರು, ಫೋಕಸ್ ಪುಲ್ಲರ್‌ಗಳು, ಆರ್ಟ್ ಹುಡುಗರು, ಪಬ್ಲಿಸಿಟಿ ತಂಡ, ಪ್ರೊಡಕ್ಷನ್ ತಂಡ ಹೀಗೆ ಇನ್ನೂ ಏನೇನೋ ವಿಭಾಗ ಇದೆ. ಸದ್ಯಕ್ಕೆ ನಾವು ಇಲ್ಲಿ ಮಾತಾಡುತ್ತಿರುವುದು ಕಿರುಚಿತ್ರದ ಬಗ್ಗೆ, ಅದರಲ್ಲೂ ಹೊಸದಾಗಿ ಕಿರುಚಿತ್ರ ಮಾಡುವವವರ ಬಗ್ಗೆ. ಅದರಿಂದ ತುಂಬಾ ಬೇಕಾದವರಷ್ಟೇ ಇಲ್ಲಿ ಹೇಳುತ್ತಿದ್ದೀನಿ. ಎಷ್ಟೋ ಸಲ ಕಿರುಚಿತ್ರ ಶುರುಮಾಡೋರು ಎಲ್ಲವನ್ನು ಒಬ್ಬರೇ ಮಾಡಿಕೊಳ್ಳುವುದು ಉಂಟು.

ನಿಮಗೆ ಈಗ ಒಬ್ಬ ಕ್ಯಾಮೆರಾಮ್ಯಾನ್ ಬೇಕು, ಜೊತೆಗೆ ಎಡಿಟರ್ ಬೇಕು, ಮ್ಯೂಸಿಕ್ ಡೈರೆಕ್ಟರ್ ಬೇಕೆಂದರೆ ಹುಡುಕಿ ಇಲ್ಲ ರಾಯಲ್ಟಿ ಫ್ರೀ ಮ್ಯೂಸಿಕ್ ಸ್ಟಾಕ್ ನೀವೇ ಹುಡುಕಿ ಸೇರಿಸಿಕೊಳ್ಳಬಹುದು. ಅದರ ಬಗ್ಗೆ ಮುಂದೆ ಡಿಟೇಲ್ ಆಗಿ ಮಾತಾಡೋಣ. ಸದ್ಯ ಇಷ್ಟು ಜನ ಬೇಕು ನಿಮಗೆ. ಬಹಳ ಸಾರಿ ನಿಮ್ಮ ಕಥೆ ನೀವೇ ನಿರ್ದೇಶನ ಮಾಡುತ್ತೀರಿ. ಹಾಗಾಗಿ ನಿರ್ದೇಶಕ ನೀವೇ ಅಂದುಕೊಳ್ಳಿ ಸದ್ಯ.

ಇವರನ್ನೆಲ್ಲ ಹೇಗೆ ಆಯ್ಕೆ ಮಾಡಿಕೊಳ್ಳೋದು?

1. ಮೊದಲು ಈಗಾಗಲೇ ಒಂದೆರಡು ಕಿರುಚಿತ್ರದಲ್ಲಿ ಅನುಭವ ಇರುವವರನ್ನು ಗುರುತಿಸಿ ಸಂಪರ್ಕಿಸಿ, ನಿಮ್ಮ ಕಿರುಚಿತ್ರದ ಕಥೆ ಜೊತೆಗೆ ನೀವು ಕೊಡಬಹುದಾದ ಸಂಭಾವನೆ ತಿಳಿಸಿ.
2. ಇದುವರೆಗೂ ಒಂದು ಕಿರುಚಿತ್ರ ಮಾಡದೇ, ಆದರೆ ಅದರ ಬಗ್ಗೆ ಪ್ಯಾಶನ್ ಇರುವವರಿಗೆ ಒಂದಿಷ್ಟು ಅಸೈನ್ಮೆಂಟ್ ಕೊಟ್ಟು ನಿಮಗೆ ಸೂಕ್ತ ಅನಿಸಿದರೆ ಆಯ್ಕೆ ಮಾಡಿಕೊಳ್ಳಿ.
3. ಆಸಕ್ತರಿಗೆ ಅವರು ಮಾಡಿರುವ ವರ್ಕ್ ಸ್ಯಾಂಪಲ್ ಕಳಿಸಲು ಹೇಳಿ, ಅವರು ಕಳಿಸಿದ್ದನ್ನು ನೋಡಿ ನಿಮ್ಮ ಕಿರುಚಿತ್ರಕ್ಕೆ ಸೂಕ್ತ ಅನಿಸಿದರೆ ಆಯ್ಕೆ ಮಾಡಿಕೊಳ್ಳಿ.

ಇಲ್ಲೂ ಕೂಡ ಒಂದು ಸಲ ನಿಮ್ಮ ತಾಂತ್ರಿಕವರ್ಗ ಆಯ್ಕೆ ಆದಮೇಲೆ ಒಂದು ಕಾಪಿ ಚಿತ್ರಕಥೆ ಅವರಿಗೆ ಕೊಟ್ಟು ನಿಮ್ಮ ಕಿರುಚಿತ್ರ ಹೇಗೆ ಬರಬೇಕೆಂದು ನೀವು ಕಲ್ಪಿಸಿಕೊಂಡಿದ್ದೀರೋ ಅವರಿಗೆ ತಿಳಿಸಿ. ಸಾಧ್ಯವಾದರೆ ಒಂದಷ್ಟು ರೆಫರೆನ್ಸ್ ಕೂಡ ಕೊಡಿ. ಅದರಿಂದ ಶೂಟಿಂಗ್ ಮುಂಚೆ ಅದನ್ನೆಲ್ಲ ಅವರು ನೋಡಿ ನಿಮ್ಮ ಚಿತ್ರಕ್ಕೆ ಬೇಕಾದಷ್ಟು ತಿಳಿದುಕೊಂಡು ಬರಬಹುದು.

ಇನ್ನೂ ನೀವೇ ನಿರ್ದೇಶಕ ಅಂದ ಮೇಲೆ ನಿಮ್ಮ ಸಹಾಯಕ್ಕೆ ಕಿರುಚಿತ್ರದಲ್ಲಿ ಆಸಕ್ತಿ ಇರುವವರನ್ನು ಇಟ್ಟುಕೊಳ್ಳಿ. ಅಲ್ಲಿಗೆ ನಿರ್ದೇಶನ ತಂಡ ಕೂಡ ರೆಡಿಯಾಗುತ್ತದೆ.

ಹೀಗೆ ಪಾತ್ರವರ್ಗ ಮತ್ತು ತಾಂತ್ರಿಕವರ್ಗ ಪಕ್ಕ ಆಗಿಬಿಟ್ಟರೆ ಅಲ್ಲಿಗೆ ನಿಮ್ಮದೊಂದು ತಂಡ ರೆಡಿ. ಇನ್ನೇನಿದ್ರೂ ಶೂಟಿಂಗ್‌ಗೆ ಹೊರಡೋದೇ.

ಈ ಅಧ್ಯಾಯ ಮುಗಿಸೋ ಮುನ್ನ ನಾವು ಮಾಡಿಟ್ಟುಕೊಂಡ ಕಥೆ ಮತ್ತೊಮ್ಮೆ ಓದಿಕೊಳ್ಳಿ. ಅದರಲ್ಲಿ ಬರುವ ಪಾತ್ರಗಳು ಯಾವುವು, ಅವುಗಳು ನಿಮ್ಮ ಕಣ್ಣಲ್ಲಿ ಹೇಗಿರುತ್ತವೆ ನೋಟ್ ಮಾಡಿಟ್ಟುಕೊಳ್ಳಿ. ಈ ಅಧ್ಯಾಯದ ಹೋಮ್‌ವರ್ಕ್ ಅದು.

ರೆಕ್ಕಿ ಮತ್ತು ಸ್ಟೋರಿಬೋರ್ಡ್

"I loved being asked 2,000 questions a day, storyboarding every move, knowing as though by instinct exactly where the camera had to be, because it was my story."

—Richard E Grant

ನಿಮಗೊಂದು ಕಥೆ ಸಿಕ್ಕಿದೆ. ಅದಕ್ಕೆ ಚಿತ್ರಕಥೆ ಬರೆದುಕೊಂಡಿದ್ದು ಆಯಿತು, ನಿಮ್ಮ ಕಿರುಚಿತ್ರಕ್ಕೆ ಬೇಕಾದ ಕಲಾವಿದರ ಮತ್ತು ತಂತ್ರಜ್ಞರ ತಂಡ ಕೂಡ ರೆಡಿ ಆಯ್ತು. ಮುಂದೆ ಏನು ಮಾಡೋದು?

ಈ ಅಧ್ಯಾಯದಲ್ಲಿ ರೆಕ್ಕಿ ಮತ್ತು ಸ್ಟೋರಿಬೋರ್ಡ್ ಬಗ್ಗೆ ಸ್ವಲ್ಪ ತಿಳಿದುಕೊಳ್ಳೋಣ. ನಮ್ಮಲ್ಲಿ ದೊಡ್ಡ ದೊಡ್ಡ ಸಿನಿಮಾಗಳಿಗೇನೇ ಸ್ಟೋರಿಬೋರ್ಡ್ ಮಾಡಿಕೊಳ್ಳುವ ಅಭ್ಯಾಸ ಇಲ್ಲ. ಆದರೆ ಇತ್ತೀಚೆಗೆ ಕೆಲವು ಕನ್ನಡ ಸಿನಿಮಾಗಳು, ದೊಡ್ಡ ದೊಡ್ಡ ಬಜೆಟ್ಟಿನ ಸಿನಿಮಾಗಳು ಸ್ಟೋರಿಬೋರ್ಡ್ ಮಾಡಿಕೊಳ್ಳುತ್ತಿರುವುದು ಒಳ್ಳೆಯ ವಿಚಾರ.

ಏನಿದು ರೆಕ್ಕಿ? ಏನಿದು ಸ್ಟೋರಿಬೋರ್ಡ್?

ರೆಕ್ಕಿ (RECCE)

ರೆಕ್ಕಿ ಅಂದ್ರೆ ಸ್ಥಳ ವೀಕ್ಷಣೆ ಅಥವಾ ಭೂಪ್ರದೇಶದ ಸಮೀಕ್ಷೆ. ಇದು ಸರ್ವೆಯಲ್ಲಿ, ಮಿಲಿಟರಿಯಲ್ಲಿ ಬೇರೆ ಬೇರೆ ಕ್ಷೇತ್ರದಲ್ಲಿ ಬಳಕೆಯಾಗುವ ಪದ. ಒಂದು ಕೆಲಸದ ಕ್ಷೇತ್ರವನ್ನು ಗುರುತಿಸುವುದು. ಇನ್ನೂ ಸಿಂಪಲ್ ಆಗಿ ಹೇಳಬೇಕು ಅಂದರೆ ನೀವು ಒಂದು ಮನೆ ಕಟ್ಟಿಸೋ ಮುಂಚೆ ಮನೆ ಕಟ್ಟಿಸಲು ಸೂಕ್ತವಾದ ನಿಮ್ಮ ಬಜೆಟ್ಟಿಗೆ ಎಟುಕುವ ಸೈಟು ನೋಡ್ತೀರಲ್ಲ ಹುಡುಕ್ತೀರಲ್ಲಾ ಅದೇ ರೆಕ್ಕಿ.

ನಿಮ್ಮ ಕಿರುಚಿತ್ರ ಒಂದಷ್ಟು ಸ್ಥಳಗಳಲ್ಲಿ ಶೂಟ್ ಮಾಡಬೇಕು ಅಲ್ವ? ಮನೆ/ ಕಾಲೇಜು/ಹೋಟೆಲು ಹೀಗೆ ನಿಮ್ಮ ಕಿರುಚಿತ್ರದಲ್ಲಿ ಯಾವುದೆಲ್ಲ ಲೊಕೇಶನ್ ಬರುತ್ತದೆ ಎಂದು ಮೊದಲು ನೋಟ್ ಮಾಡಿಕೊಳ್ಳಿ. ಅಂತ ಲೊಕೇಶನ್‌ಗಳನ್ನ ಹುಡುಕೋದೇ ರೆಕ್ಕಿ.

ಸರಿ ಹಾಗಾದರೆ ರೆಕ್ಕಿ ಮಾಡಬೇಕಾದರೆ ನೆನಪಿಡಬೇಕಾದ ಅಂಶಗಳು ಯಾವುವು ನೋಡೋಣ:

1. **ಸಣ್ಣ ನೋಟ್‌ಬುಕ್** –ನೀವು ಸ್ಥಳವನ್ನು ಹುಡುಕಲು ಹೋಗುವಾಗ ನಿಮ್ಮ ಜೊತೆ ಒಂದು ಸಣ್ಣ ನೋಟ್‌ಬುಕ್ ಇರಲಿ. ಅದರಲ್ಲಿ ನಿಮಗನಿಸಿದ ಅಂಶಗಳನ್ನು ಬರೆದಿಟ್ಟುಕೊಳ್ಳಿ.
2. **ಕ್ಯಾಮೆರಾಮ್ಯಾನ್** –ನೀವು ರೆಕ್ಕಿ ಮಾಡಬೇಕಾದರೆ ಮುಖ್ಯವಾಗಿ ನಿಮ್ಮ ಕ್ಯಾಮೆರಾಮ್ಯಾನ್ ಜೊತೆ ಹೊರಡಿ. ಅವರೇ ಅಲ್ವ ಸೆರೆ ಹಿಡಿಯೋದು? ಅವರ ಜೊತೆ ಹೋಗುವಾಗ ಅಥವಾ ನೀವೊಬ್ಬರೇ ಹೋಗುವಾಗ ನಿಮ್ಮ ಕೈಯಲ್ಲಿ ಸ್ಕ್ರಿಪ್ಟ್ ಅಥವಾ ಚಿತ್ರಕಥೆ ಇರಲಿ. ಇದರಿಂದ ಚಿತ್ರಕಥೆ ಎಂತಹ ಲೊಕೇಶನ್ ಅನ್ನು ಬೇಡುತ್ತಿದೆ ಅದಕ್ಕೆ ಸೂಕ್ತವಾದ ಲೊಕೇಶನ್ ಸಿಗಲು ತುಂಬಾ ಉಪಯೋಗವಾಗುತ್ತೆ.
3. ನೀವು ಹೋಗಬೇಕಾದರೆ ನಿಮ್ಮ ಜೊತೆಗೆ ಒಂದು ಕ್ಯಾಮೆರಾ ಅಥವಾ ಮೊಬೈಲ್ ಫೋನ್ ಇರಲಿ. ನಿಮಗೆ ಒಂದು ಸ್ಥಳ ಪಕ್ಕ ಆದರೆ ಅದೇ ಸೂಕ್ತ ಸ್ಥಳ ಸಿಕ್ಕರೆ ಅಂತಹ ಸ್ಥಳದ ಬೇರೆ ಬೇರೆ ಕಡೆಯಿಂದ ನಿಮ್ಮ ಚಿತ್ರಕ್ಕೆ ಬೇಕಾದ ಎಲ್ಲ ಆ್ಯಂಗಲ್ ನಿಂದ ಫೋಟೋ ತೆಗೆದುಕೊಳ್ಳಿ ಸಾಧ್ಯವಾದರೆ ವಿಡಿಯೋ ಮಾಡಿಕೊಳ್ಳಿ. ಇದು ತುಂಬಾ ಉಪಯೋಗಕ್ಕೆ ಬರುತ್ತದೆ. ಆ ಕ್ಷಣಕ್ಕೆ ಅದೇ ಸೂಕ್ತ ಸ್ಥಳ ಅನ್ನಿಸಿ, ಸ್ವಲ್ಪ ದಿನಗಳು ಕಳೆದ ಮೇಲೆ ಅದು ಸೂಕ್ತ ಅನಿಸದೇ ಇರಬಹುದು ಹಾಗಾಗಿ.
4. **ಲೈಟ್ ಮೀಟರ್** –ಇದು ತೀರಾ ಅವಶ್ಯ ಇಲ್ಲದಿದ್ದರೂ, ನೀವು ಪ್ರೊಫೆಶನಲ್ ಆಗಿ ಒಳ್ಳೆ ಬಜೆಟ್ ಇಟ್ಟುಕೊಂಡು ಮಾಡುವಿರಾದರೆ ಇದನ್ನು ಬಳಸಿಕೊಳ್ಳಬಹುದು. ಲೈಟ್ ಮೀಟರ್ ಅಂದ್ರೆ ಒಂದು ಸ್ಥಳದಲ್ಲಿನ ಬೆಳಕಿನ ಪ್ರಕಾಶವನ್ನು ಅಳೆಯುವ ಒಂದು ಸಾಧನ. ಕತ್ತಲು–ಬೆಳಕು–ಮಂದ–ಅರೆಮಂದ ಈ ತರ ಬೇರೆ ಬೇರೆ ಹಂತ ಗೊತ್ತಾಗುತ್ತದೆ. ನಿಮ್ಮ ಕಿರುಚಿತ್ರದಲ್ಲಿ ಬೆಳಕಿನ ಸೀನುಗಳು ಎಷ್ಟು, ಕತ್ತಲಿನ ಸೀನುಗಳು ಎಷ್ಟು, ಸಂಜೆಯ ಸೀನುಗಳು ಎಷ್ಟು ಆ ಸೀನುಗಳು ನಡೆಯುವ ಜಾಗ ಇವನ್ನು ಈ ಲೈಟ್ ಮೀಟರ್ ಮೂಲಕ ನೋಟ್ ಮಾಡಿ ಇಟ್ಟುಕೊಂಡರೆ ತುಂಬಾ ಉಪಯೋಗಕ್ಕೆ ಬರುತ್ತದೆ. ಶೂಟಿಂಗ್ ಸಮಯ ಕೂಡ ಉಳಿಯುತ್ತದೆ. ಇದು ಇಲ್ಲದೆ ಇದ್ದರೂ ನಡೆಯುತ್ತದೆ ಆತಂಕ ಪಡಬೇಕಾಗಿಲ್ಲ.
5. **ಶಾಟ್‌ಲಿಸ್ಟ್** –ಶಾಟ್‌ಲಿಸ್ಟ್ ಅಂದರೆ ಮೊದಲು ಶಾಟ್ ಅಂದ್ರೆ ಏನು ಗೊತ್ತಾಗಬೇಕು. ಒಂದು ಜಾಗದಲ್ಲಿ ನಡೆಯುವ ದೃಶ್ಯವನ್ನು ಸೀನ್ ಎಂದು ಕರೆಯುತ್ತಾರೆ. ಉದಾಹರಣೆಗೆ, ಬೆಳಗ್ಗೆ ಹಾಸಿಗೆಯಿಂದ ಎದ್ದು ಅಲಾರಾಂ ಆಫ್ ಮಾಡಿ ಕುಳಿತು, ಕಣ್ಣು ಉಜ್ಜಿಕೊಂಡು ರೂಮಿಂದ ಹಾಲಿಗೆ ಬರುತ್ತಾನೆ ಅಂದುಕೊಳ್ಳಿ, ಇದೆಲ್ಲ ಸೇರಿ ಒಂದು ಸೀನ್

ಅಥವಾ ದೃಶ್ಯ, ಇಂತಹ ದೃಶ್ಯಗಳನ್ನ ಶೂಟಿಂಗ್ ಅನುಗುಣವಾಗಿ ಶಾಟ್‌ಗಳಾಗಿ ವಿಭಾಗಿಸುತ್ತಾರೆ, ಅಂದರೆ ಒಂದು ಸಲ ಕ್ಯಾಮೆರಾ ಇಟ್ಟರೆ ಅಲ್ಲಿಂದ ಬೇರೆ ಕಡೆ ಕ್ಯಾಮೆರಾ ಶಿಫ್ಟ್ ಆದರೆ ಅದು ಒಂದು ಶಾಟ್ ಎಂದು ಅರ್ಥ. ಇನ್ನು ಸುಲಭವಾಗಿ ಹೇಳಬೇಕೆಂದರೆ ಅಲಾರಾಂ ಬಡಿಯುವುದನ್ನ ತೋರಿಸುವುದು ಅದು ಒಂದು ಶಾಟ್, ಎದ್ದು ಕುಳಿತುಕೊಳ್ಳುವುದೊಂದು ಶಾಟ್. ಅಲಾರಾಂ ಆಫ್ ಮಾಡುವುದೊಂದು ಶಾಟ್, ಅಲ್ಲಿಂದ ಹೊರಗೆ ಹೋಗುವುದು ಕೊನೆಯ ಶಾಟ್. ಹೀಗೆ ಈ ತರ ಸಣ್ಣಸಣ್ಣ ಶಾಟ್‌ಗಳು ಸೇರಿ ಒಂದು ದೃಶ್ಯ ಅಥವಾ ಸೀನ್ ಆಗುತ್ತದೆ.

6. **ಕಾಂಪಸ್ ಅಥವಾ ದಿಕ್ಸೂಚಿ** –ಇದು ಅಷ್ಟೊಂದು ಮುಖ್ಯ ಅಲ್ಲದಿದ್ದರೂ, ಇದ್ದರೆ ತುಂಬಾ ಒಳ್ಳೆಯದು. ದಿಕ್ಸೂಚಿಯಲ್ಲಿ ನಿಮಗೆ ದಿಕ್ಕು ಗೊತ್ತಾಗುತ್ತದೆ. ಇದರಿಂದ ಸೂರ್ಯ ಹುಟ್ಟುವ ಮತ್ತು ಮುಳುಗುವ ದಿಕ್ಕು ಗೊತ್ತಾಗಿ ಬೆಳಕು ಮತ್ತು ನೆರಳಿನ ಅರಿವು ಸಿಗುತ್ತದೆ. ಇದರಿಂದ ಶೂಟಿಂಗ್‌ಗೆ ತುಂಬಾ ಉಪಯೋಗವಾಗುತ್ತದೆ. ಯಾವ ಯಾವ ಸೀನು ಯಾವ ಟೈಮ್‌ನಲ್ಲಿ ಮಾಡಿಕೊಳ್ಳಬಹುದೆಂಬ ಐಡಿಯಾ ಸಿಗುತ್ತದೆ. ಸಿನಿಮಾ ಶೂಟಿಂಗ್ ಅನ್ನೋದು ನೆರಳು ಬೆಳಕಲ್ಲಿ ಆಡುವ ಆಟ.

ಇದಿಷ್ಟು ರೆಕ್ಕಿ ಮಾಡಲು ಬೇಕಾದ ಅಂಶಗಳು.

ನೀವು ರೆಕ್ಕಿಯನ್ನ ಕಲಾವಿದರ ಮತ್ತು ತಂತ್ರಜ್ಞರ ಆಯ್ಕೆಗೂ ಮುಂಚೆ ಮಾಡಬಹುದು ಅಥವಾ ಆಮೇಲೂ ಮಾಡಿಕೊಳ್ಳಬಹುದು. ಅದು ನಿಮ್ಮ ನಿಮ್ಮ ಅನುಕೂಲಕ್ಕೆ ಬಿಟ್ಟಿದ್ದು.

ಸ್ಟೋರಿಬೋರ್ಡ್ (STORYBOARD)

ಈಗಾಗಲೇ ನಮಗೆ ಸೀನ್ ಮತ್ತು ಶಾಟ್ ನಡುವೆ ಇರುವ ವ್ಯತ್ಯಾಸ ಗೊತ್ತಾಗಿದೆ. ಶಾಟ್‌ಲಿಸ್ಟ್ ಅನ್ನುವ ಒಂದು ಪದ ತುಂಬಾ ಮುಖ್ಯವಾದುದು. ಏನಿದು ಶಾಟ್‌ಲಿಸ್ಟ್? ಹೆಸರೇ ಹೇಳುವಂತೆ ಶಾಟ್‌ಗಳನ್ನ ಲಿಸ್ಟ್ ಮಾಡಿಟ್ಟುಕೊಳ್ಳುವುದು. ಆದರೆ ಅದಕ್ಕೊಂದು ಕ್ರಮ ಇದೆ. ಅದೇ ಕ್ರಮದಲ್ಲಿ ಜೋಡಿಸಿಕೊಳ್ಳಬೇಕು.

ಶಾಟ್‌ಲಿಸ್ಟ್ ಅಂದರೆ ಶೂಟಿಂಗ್‌ಗೆ ಉಪಯೋಗವಾಗುವಂತೆ ಶೆಡ್ಯೂಲ್ ಆಧಾರದ ಮೇಲೆ ಒಂದೇ ಸ್ಥಳಕ್ಕೆ ಅನುಗುಣವಾಗಿ ಶೂಟ್ ಮಾಡಬಹುದಾದ ಒಟ್ಟು ಶಾಟ್‌ಗಳನ್ನೂ ಒಂದೇ ಕಡೆ ಇರುವಂತೆ ಜೋಡಿಸಿಕೊಳ್ಳುವುದು.

ಇದು ನಿಮಗೆ ಇನ್ನು ಚೆನ್ನಾಗಿ ಅರ್ಥವಾಗಬೇಕಾದರೆ ಸ್ಟೋರಿಬೋರ್ಡ್ ಬಗ್ಗೆ ಗೊತ್ತಿರಬೇಕು.

ಸ್ಟೋರಿಬೋರ್ಡ್ ಅಂದ್ರೆ ನಿಮ್ಮ ಇಡೀ ಚಿತ್ರಕಥೆಯನ್ನು ಅಕ್ಷರ ರೂಪಗಳಿಂದ ಚಿತ್ರರೂಪಕ್ಕೆ ಬದಲಿಸುವುದು. ಪ್ರತಿ ದೃಶ್ಯವನ್ನು ಚಿತ್ರಗಳಾಗಿ ಕಟ್ಟಿಕೊಳ್ಳುವುದು. ಸ್ಟೋರಿಬೋರ್ಡ್ ಮಾಡಿಕೊಳ್ಳುವುದರಿಂದ ಎಷ್ಟೊಂದು ಲಾಭಗಳಿವೆ ನೀವು ಚಿತ್ರಕಥೆ ಬದಲಾಗಿ ಸ್ಟೋರಿಬೋರ್ಡ್ ಕೊಟ್ಟು ನಿರ್ಮಾಪಕರಿಗೆ ನಿಮ್ಮ ಸಿನಿಮಾ ಹೇಗೆ ಬರುತ್ತದೆ ಎಂದು ತೋರಿಸಬಹುದು. ನಿಮ್ಮ ಸಿನಿಮಾದ ಬಗ್ಗೆ ನಿಮಗೆ ಸ್ಪಷ್ಟತೆ ಸಿಗುತ್ತೆ. ಪ್ರತಿ ವಿಭಾಗದವರ ತಯಾರಿಗೆ ಈ ಸ್ಟೋರಿಬೋರ್ಡ್ ತುಂಬಾ ಮುಖ್ಯವಾಗುತ್ತದೆ.

ಸ್ಟೋರಿಬೋರ್ಡ್ ಇಲ್ಲದೆಯೂ ಸಹ ನೀವು ಕಿರುಚಿತ್ರ ಮಾಡಬಹುದು. ಆದರೆ ಚಿತ್ರ ತಯಾರಿಕೆಯಲ್ಲಿ ಸಿದ್ಧತೆ ಮತ್ತು ಬದ್ಧತೆ ಮತ್ತು ಶಿಸ್ತು ತುಂಬಾ ಮುಖ್ಯ. ನೀವು ನಿಮ್ಮ ಮೊದಲ ಕಿರುಚಿತ್ರದಿಂದಲೇ ಇವನ್ನೆಲ್ಲ ಕಲಿಯುತ್ತ ಹೋದಂತೆ ನಿಮಗೆ ಸಿನಿಮಾ ಮಾಡಲು ತುಂಬಾ ಸುಲಭವಾಗುತ್ತದೆ. ಇತ್ತೀಚೆಗೆ ಕನ್ನಡ ಸಿನಿಮಾಗಳು ಸಹ ಶೂಟಿಂಗ್ ಮುನ್ನ ಸ್ಟೋರಿಬೋರ್ಡ್ ಮಾಡಿಕೊಳ್ಳುತ್ತಿವೆ. ಇದು ತುಂಬಾ ಒಳ್ಳೆಯ ವಿಷಯ.

ಹಾಗಾದರೆ ಸ್ಟೋರಿಬೋರ್ಡ್ ಹೇಗೆ ಮಾಡಬೇಕು? ಯಾರು ಮಾಡಬೇಕು?

1. ಸ್ಟೋರಿಬೋರ್ಡ್ ಅನ್ನು ವೃತ್ತಿಪರ ಸ್ಟೋರಿಬೋರ್ಡ್ ಮಾಡುವವರು ಇರುತ್ತಾರೆ, ಅವರು ಇಂತಿಷ್ಟು ಗಂಟೆಗೆ, ಪುಟಕ್ಕೆ ಇಂತಿಷ್ಟು ಎಂದು ಸಂಭಾವನೆ ಕೇಳುತ್ತಾರೆ, ನಿಮ್ಮ ಬಳಿ ಅದನ್ನು ಅಫೋರ್ಡ್ ಮಾಡುವ ಶಕ್ತಿ ಇದ್ದರೆ ಖಂಡಿತ ಪ್ರೊಫೆಶನಲ್ ಸ್ಟೋರಿಬೋರ್ಡ್ ಮಾಡುವವವರ ಬಳಿಯೇ ಮಾಡಿಸಿ. ಅವರ ಬಳಿ ನೀವು ಮತ್ತು ನಿಮ್ಮ ಕ್ಯಾಮರಾಮ್ಯಾನ್ ಕುಳಿತು ಅವರಿಗೆ ಪ್ರತಿ ಶಾಟ್ ಹೇಳುತ್ತಾ ಹೋದರೆ ಅದನ್ನು ಅವರು ಬಿಡಿಸುತ್ತ ಹೋಗುತ್ತಾರೆ.

2. ಸರಿ, ನಮ್ಮ ಬಳಿ ದುಡ್ಡು ಇಲ್ಲ; ಏನು ಮಾಡೋದು? ಆತಂಕ ಪಡಬೇಕಿಲ್ಲ ಸ್ಟೋರಿಬೋರ್ಡ್ ಮಾಡಲು ತುಂಬಾ ಸ್ಟೋರಿಬೋರ್ಡ್ ಆ್ಯಪ್ ಮತ್ತು ಸಾಫ್ಟ್‌ವೇರ್‌ಗಳು ಫ್ರೀಯಾಗಿ ಮೊಬೈಲಿನಲ್ಲಿ ಲ್ಯಾಪ್‌ಟಾಪಿಗೆ ಸಿಗುತ್ತವೆ. ಅದನ್ನು ಡೌನ್‌ಲೋಡ್ ಮಾಡಿಕೊಂಡು ಒಂದೆರಡು ದಿನ ಕಲಿತು ನೀವೇ ನಿಮ್ಮ ಕಿರುಚಿತ್ರಕ್ಕೆ ಸ್ಟೋರಿಬೋರ್ಡ್ ಮಾಡಿಕೊಳ್ಳಬಹುದು.

ಕೆಲವು ಸ್ಟೋರಿಬೋರ್ಡ್ ಸಾಫ್ಟ್‌ವೇರ್‌ಗಳು– STORYBOARDTHAT, SHOTPRO, STUDIOBINDER

3. ನೀವೇ ನಿಮ್ಮ ಕೈಯಲ್ಲಿ ನಿಮಗೆ ಅರ್ಥವಾಗುವಂತೆ ಚಿತ್ರಗಳನ್ನು ಬಿಡಿಸಿ ಅದಕ್ಕೆ ಕ್ಯಾಮೆರಾದ ಪೊಸಿಶನ್ ಕೊಟ್ಟು ಇಟ್ಟುಕೊಳ್ಳಬಹುದು, ಆದರೆ ಇದನ್ನು ಬೇರೆಯವರಿಗೆ ತೋರಿಸಿದಾಗ ಅವರಿಗೆ ಅರ್ಥವಾಗದೇ ಇರಬಹುದು. ನಿಮಗೆ ನಿಮ್ಮ ತಂಡಕ್ಕೆ ಬೇಕಾದರೆ ಇದನ್ನು ಬಳಸಿಕೊಳ್ಳಬಹುದು.

4. ನಿಮ್ಮ ದೃಶ್ಯಗಳಿಗೆ ಸರಿಯಾದ ಕೆಲವು ದೃಶ್ಯಗಳು ಚಿತ್ರಗಳು ಸಿಕ್ಕರೆ ಅದನ್ನು ಕಟ್ ಮಾಡಿ ಸಾಫ್ಟ್‌ಕಾಪಿ ಅಥವಾ ಹಾರ್ಡ್‌ಕಾಪಿ ಆಗಿ ಇಟ್ಟುಕೊಳ್ಳಬಹುದು.

ಉದಾಹರಣೆಗೆ, ಅಲರಾಂ ಬಡಿಯುವ ಶಾಟ್ ಎಂದುಕೊಳ್ಳಿ. ನೀವು ಗೂಗಲ್ಲಿನಲ್ಲಿ ಅಲಾರಾಂ ರಿಂಗಿಂಗ್ ಎಂದು ಟೈಪಿಸಿ ಇಮೇಜಸ್‌ನಲ್ಲಿ ಹುಡುಕಿದರೆ ಸಾವಿರಾರು ಚಿತ್ರಗಳು ಸಿಗುವುದು. ಅದರಲ್ಲಿ ನಿಮ್ಮ ಶಾಟ್‌ಗೆ ಕರೆಕ್ಟಾಗಿ ಸೂಕ್ತವಾಗುವ ಒಂದು ಇಮೇಜ್ ಡೌನ್‌ಲೋಡ್ ಮಾಡಿ ಅಂಟಿಸಿಕೊಳ್ಳಬಹುದು.

ಸ್ಟೋರಿಬೋರ್ಡ್‌ಗೆ ಒಂದು ಸ್ಟ್ಯಾಂಡರ್ಡ್ ಫಾರ್‌ಮ್ಯಾಟ್ ಇದೆ. ಅದನ್ನು ನೀವು ಬಳಸಿದಷ್ಟು ಒಳ್ಳೆಯದು.

ಒಂದು A4 ಪೇಜಿನಲ್ಲಿ ಒಂಬತ್ತು ಅಥವಾ ಆರು ಬಾಕ್ಸ್ ಮಾಡಿಕೊಳ್ಳಬೇಕು. ಒಂದು ಖಾಲಿಯಾದ ಚೌಕ ಇರಲಿ, ಒಟ್ಟು ಆರು–ಇಲ್ಲವೇ ಒಂಬತ್ತು ಚೌಕಗಳು, ಚೌಕದ ಮೇಲೆ ಸೀನ್ ನಂಬರ್ ಬರೆದಿಟ್ಟುಕೊಳ್ಳಿ, ಚೌಕದಲ್ಲಿ ನಿಮ್ಮ ಶಾಟ್ ಹೇಗಿರಬೇಕೆಂದು ಚಿತ್ರಿಸಿ. ಚೌಕದ ಕೆಳಗೆ ಈ ವಿವರಗಳು ಇರಲಿ.

1. **ಶಾಟ್** –ಅಂದರೆ ಯಾವ ತರದ ಶಾಟ್ ಇರಬೇಕು. ಲಾಂಗ್ ಮೀಡಿಯಂ ಅಥವಾ ಕ್ಲೋಸ್ ಶಾಟ್‌ಗಳು. ಈ ಕ್ಯಾಮೆರಾ ಶಾಟ್ ಬಗ್ಗೆ ಮುಂದೆ ಚರ್ಚಿಸೋಣ.

2. **ಟೈಮ್** –ಆ ಶಾಟ್ ತೆರೆ ಮೇಲೆ ಯಾವ ಸಮಯಕ್ಕೆ ಬರುತ್ತೆ ಎಂದು ಅಂದಾಜಿನ ಮೇಲೆ ಬರೆದುಕೊಳ್ಳಿ, ಇದರಿಂದ ಒಂದು ಶಾಟ್‌ಗೆ ಅಂದಾಜು ಎಷ್ಟು ಸಮಯ ಬೇಕಾಗಬಹುದೆಂದು ನಿಮಗೊಂದು ಸಣ್ಣ ಐಡಿಯಾ ಸಿಗುತ್ತದೆ.

3. **ಪಾತ್ರಗಳು** –ಆ ಶಾಟ್‌ನಲ್ಲಿ ಯಾವ ಯಾವ ಪಾತ್ರಗಳಿವೆ ಬರೆದುಕೊಳ್ಳಿ. ಇದನ್ನು ಬರೆದುಕೊಳ್ಳುವುದರಿಂದ ಆ ಶಾಟ್‌ನಲ್ಲಿ ಬರುವ ಪಾತ್ರಗಳು, ಪಾತ್ರಗಳ ಪ್ಲೇಸ್ಮೆಂಟ್, ಅವುಗಳ ವೇಷಭೂಷಣ, ಮಾತನಾಡುವ ಸಂಭಾಷಣೆ ಮತ್ತು ಆ ದೃಶ್ಯಕ್ಕೆ ಬೇಕಾದ ಕಲಾವಿದರ ವಿವರ ನಿಮಗೆ ಸಿಗುತ್ತದೆ.

4. **ಪ್ರಾಪ್ಸ್ ಅಥವಾ ರಂಗ ಪರಿಕರಗಳು** –ಅಂದರೆ ಆ ಶಾಟ್‌ನಲ್ಲಿ ಬಳಕೆಯಾಗುವ ಬೇರೆ ಬೇರೆ ವಸ್ತುಗಳು, ಇದನ್ನ ಪ್ರಾಪರ್ಟಿಸ್ ಅಂತಾರೆ. ಇದನ್ನು ಬರೆದಿಟ್ಟುಕೊಳ್ಳುವುದರಿಂದ ಆ ಶಾಟ್‌ಗೆ ಬೇಕಾದ ಎಲ್ಲ ಬಗೆಯ ವಸ್ತುಗಳು ನಿಮಗೆ ಗೊತ್ತಾಗಿ ಯಾವ ವಸ್ತುಗಳು ಮಿಸ್ ಆಗದ ಹಾಗೆ ನೋಡಿಕೊಳ್ಳಬಹುದು.

ಇದಿಷ್ಟು ತುಂಬಾ ಮುಖ್ಯವಾದ ಭಾಗಗಳು, ಕೆಲವರು ಡೈಲಾಗ್ ಸಹ ಪಕ್ಕದಲ್ಲಿ ಬರೆದಿಟ್ಟುಕೊಳ್ಳುತ್ತಾರೆ. ನಿಮ್ಮ ಅನುಕೂಲಕ್ಕೆ ತಕ್ಕಂತೆ ನೀವು ಮಾರ್ಪಾಡು ಮಾಡಿಕೊಳ್ಳಬಹುದು.

ಕೆಳಗೆ ಸ್ಟ್ಯಾಂಡರ್ಡ್ ಫಾರ್ಮ್ಯಾಟ್ ಜೊತೆಗೆ ಒಂದಷ್ಟು ಉದಾಹರಣೆಗಳಿವೆ ನೋಡಿ. ಸಾಧ್ಯವಾದರೆ ನಾವು ಚರ್ಚಿಸಿದ ಚಿತ್ರಕಥೆಗೆ ನಿಮ್ಮದೇ ಒಂದು ಸ್ಟೋರಿಬೋರ್ಡ್ ಮಾಡಿ ಅದರಿಂದ ನಿಮಗೆ ಮತ್ತಷ್ಟು ತಿಳಿವಳಿಕೆ ಬರಬಹುದು.

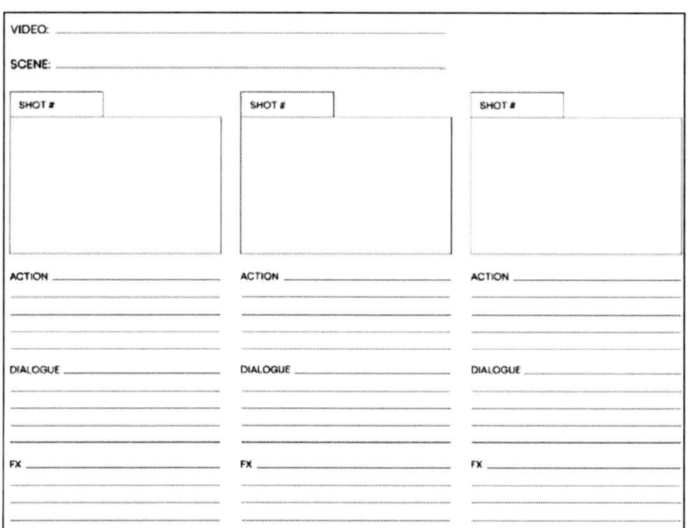

STANDARD FORMAT–ಸ್ಟ್ಯಾಂಡರ್ಡ್ ಫಾರ್ಮ್ಯಾಟ್

EXAMPLE–ಉದಾಹರಣೆ

ಈ ಹಿಂದೆ ನಾನು ಬರೆದು ನಿರ್ದೇಶಿಸಿದ 'ದಿ ಗಿಲ್ಟ್' ಅನ್ನುವ ಕಿರುಚಿತ್ರದ ಒಂದು ದೃಶ್ಯದ ಸ್ಟೋರಿಬೋರ್ಡ್ ಹೀಗಿತ್ತು:

TAKE
CUT
SCENE
ROLL
CAMERA MAIN

ಪ್ರೊಡಕ್ಷನ್

PRODUCTION

(Production is where the principal photography (filming) for the Movie takes place. During rehearsals and camera blocking, Stand-Ins work with the Director, Assistant Director, camera crew, and other crew members to block out actor movements and lighting set-ups for a scene.)

"ಶೂಟಿಂಗ್ ಸಮಯ"

ಇಲ್ಲಿಯವರೆಗೂ ತಿಳಿದುಕೊಂಡಿದ್ದು ಶೂಟಿಂಗ್‌ಗೆ ಹೊರಡುವ ಮುನ್ನ ಬೇಕಾದ ವಿಷಯಗಳ ಬಗ್ಗೆ. ಇದನ್ನ ಪ್ರೀ–ಪ್ರೊಡಕ್ಷನ್ ಎನ್ನುತ್ತಾರೆ. ಪ್ರೊಡಕ್ಷನ್ ಅಂದ್ರೆ ಶೂಟಿಂಗ್, ಶೂಟಿಂಗ್ ಮುಂಚೆ ಆಗುವ ಪ್ರತಿ ಸಿದ್ಧತೆಯು ಪ್ರೀ–ಪ್ರೊಡಕ್ಷನ್ ಅಂತಲೇ ಅರ್ಥ. ಸಣ್ಣ ಸಿನಿಮಾ ಆಗಲಿ, ದೊಡ್ಡ ಸಿನಿಮಾ ಆಗಲಿ, ವೆಬ್ ಸೀರೀಸ್ ಆಗಲಿ ಎಲ್ಲದರಲ್ಲೂ ಪ್ರೀ–ಪ್ರೊಡಕ್ಷನ್ ತುಂಬಾ ಮುಖ್ಯ. ಪ್ರೀ–ಪ್ರೊಡಕ್ಷನ್ ಎಷ್ಟರ ಮಟ್ಟಿಗೆ ಸಿದ್ಧತೆ ಆಗಿರುತ್ತೋ ಶೂಟಿಂಗ್‌ಗೆ ಅಷ್ಟು ಒಳ್ಳೆಯದು.

ಈಗ ನಿಮ್ಮ ಬಳಿ ಕಥೆ ಇದೆ. ಅದಕ್ಕೆ ಚಿತ್ರಕಥೆ ಬರೆದದ್ದು ಆಯಿತು. ಅದಕ್ಕೆ ಪಾತ್ರವರ್ಗ ತಾಂತ್ರಿಕವರ್ಗ ಕೂಡ ಸಿಕ್ಕಿ ಆಯ್ತು. ನಿಮ್ಮ ಚಿತ್ರಕಥೆಗೆ ರೆಕ್ಕಿ ಮಾಡಿ, ಸ್ಟೋರಿಬೋರ್ಡ್ ಕೂಡ ಮಾಡಿಟ್ಟುಕೊಂಡಿದ್ದೀರಾ. ಜೊತೆಗೆ ಸ್ಟೋರಿಬೋರ್ಡ್ ಆಧಾರದ ಮೇಲೆ ಶಾಟ್‌ಲಿಸ್ಟ್ ಕೂಡ ಮಾಡಿಟ್ಟುಕೊಂಡಿದ್ದೀರ.

ಮತ್ಯಾಕೆ ತಡ? ಶೂಟಿಂಗ್ ಶುರು ಹಚ್ಚಿಕೊಳ್ಳೋಣ!

ಶೂಟಿಂಗ್ ಮುನ್ನ ಎರಡು ಮುಖ್ಯ ವಿಷಯ ಒಂದು ಕ್ಯಾಮೆರಾವರ್ಕ್, ಎಡಿಟಿಂಗ್, ಮ್ಯೂಸಿಕ್ ಇದನ್ನ ಖುದ್ದು ನೀವೇ ಮಾಡುತ್ತ ಇದ್ದೀರಾ? ಅಥವಾ ಗೊತ್ತಿರುವವರ ಹತ್ರ ಮಾಡಿಸುತ್ತಿದೀರ ಎನ್ನುವುದು. ಗೊತ್ತಿರುವವರ ಬಳಿ ಆದರೆ ನೀವು ಹೊಸದಾಗಿ ಏನನ್ನು ಕಲಿಯಬೇಕಿಲ್ಲ. ಎಲ್ಲ ಕಲಿತವರ ಬಳಿ ಮಾಡಿಸಬಹುದು. ಅಕಸ್ಮಾತ್ ಬಜೆಟ್‌ನಿಂದ ನೀವೇ ಎಲ್ಲವನ್ನು ಮಾಡುವಿರಿ ಎಂದಾದರೆ ನಿಮಗೆ ಪ್ರತಿ ವಿಭಾಗದ ಬೇಸಿಕ್ ಜ್ಞಾನ ಅಂತೂ ಬೇಕೇ ಬೇಕು. ಆಗಾಗಿ ಮೊದಲು ಶೂಟಿಂಗ್ ಬಗ್ಗೆ ಸ್ವಲ್ಪ ಮಾತಾಡಿ, ಅದಾದ ಮೇಲೆ ಕ್ಯಾಮೆರಾವರ್ಕ್ ಮತ್ತು ಎಡಿಟಿಂಗ್ ಬಗ್ಗೆ ಮಾತಾಡೋಣ. ಏನು ಗೊತ್ತಿಲ್ಲದವರು ಮೊದಲು ಕ್ಯಾಮೆರಾ ಮತ್ತು ಎಡಿಟಿಂಗ್ ಅಧ್ಯಾಯ ಓದಿಕೊಂಡು ಆ ನಂತರ ಶೂಟಿಂಗ್ ಅಧ್ಯಾಯ ಓದಬಹುದು. ಎಲ್ಲ ಗೊತ್ತಿದ್ದರೆ ಒಂದು ಕಡೆಯಿಂದ ಓದಿಕೊಂಡು ಹೋಗಿ.

ಶೂಟಿಂಗ್

"If My Film Makes One More Person Miserable, I've Done My Job."

–Woody Allen

ನಿಮ್ಮ ಕಿರುಚಿತ್ರದ ಮುಖ್ಯವಾದ ಭಾಗವೇ ಶೂಟಿಂಗ್. ಶೂಟಿಂಗ್ ಇಲ್ಲದೆ ಸಿನಿಮಾವೇ ಇಲ್ಲ! ಶೂಟಿಂಗ್ ಅಂದರೆ ನೀವು ನಿಮ್ಮ ಪಾತ್ರವರ್ಗ ತಂಡ, ತಾಂತ್ರಿಕ ತಂಡ, ನೀವು ಬರೆದುಕೊಂಡಂತ ಸ್ಕ್ರಿಪ್ಟ್ ಅಥವಾ ಚಿತ್ರಕಥೆ ಪ್ರಕಾರ ಒಂದೊಂದೇ ಸೀನುಗಳನ್ನ ಶೂಟ್ ಮಾಡುತ್ತ ಹೋಗುವುದು. ದೊಡ್ಡ ದೊಡ್ಡ ಸಿನಿಮಾಗಳಲ್ಲಿ ಒಂದು ಇಡೀ ಚಿತ್ರವನ್ನ ಶೆಡ್ಯೂಲ್ ಆಗಿ ಇಂತಿಷ್ಟು ದಿನಕ್ಕೆ ವಿಭಾಗ ಮಾಡಿಕೊಂಡಿರುತ್ತಾರೆ. ಹದಿನೈದು ದಿನ, ಇಪ್ಪತೆಂಟು ದಿನ, ಎಪ್ಪತ್ತು ದಿನ, ತೊಂಬತ್ತು ದಿನ ಹೀಗೆ. ಇನ್ನೂ ದೊಡ್ಡ ಸಿನಿಮಾಗಳು ಆರು ತಿಂಗಳಿಂದ ವರ್ಷಗಳವರೆಗೆ ನಡೆಯುತ್ತದೆ. ಹೀಗೆ ಶೆಡ್ಯೂಲ್ ಮಾಡಿದ ದಿನಗಳ ಮಧ್ಯೆ ಕೆಲವು ದಿನಗಳ ಗ್ಯಾಪ್ ಇದ್ದು ಅದನ್ನು ಮುಂದಿನ ಶೆಡ್ಯೂಲ್ ಸಿದ್ದತೆಗೆ, ವಿಶ್ರಾಂತಿಗೆ ಬಳಸಿಕೊಳ್ಳುತ್ತಾರೆ. ಆದರೆ ನಾವಿಲ್ಲಿ ಮಾತನಾಡುತ್ತಿರುವುದು ಕಿರುಚಿತ್ರದ ಬಗ್ಗೆ ಅದರಲ್ಲೂ ಹೊಸದಾಗಿ ಕಿರುಚಿತ್ರ ಮಾಡುವುದರ ಬಗ್ಗೆ. ಮೊದಲ ಕಿರುಚಿತ್ರದ ಬಗ್ಗೆ. ಯಾವ ಬಜೆಟ್ ಇಲ್ಲದ ಇದ್ದರೂ ಕಮ್ಮಿ ಬಜೆಟ್ಟಿನ, ಕಮ್ಮಿ ಜನರಿರುವ ಕಿರುಚಿತ್ರ ಬಗ್ಗೆ. ಹಾಗಾಗಿ ಶೆಡ್ಯೂಲ್ ಬಗ್ಗೆ ತಲೆ ಕೆಡಿಸಿಕೊಳ್ಳಬೇಡಿ.

ನೀವು ಆಯ್ಕೆ ಮಾಡಿಕೊಂಡಿರುವ ಕಥೆಗೆ ಅಬ್ಬಬ್ಬಾ ಎಂದರೆ ಮೂರು ದಿನಗಳಿಂದ ವಾರ ಸಾಕು. ಅಂತಹ ಕಥೆಯನ್ನೇ ಆಯ್ಕೆ ಮಾಡಿಕೊಳ್ಳಿ. ಒಂದು ಎರಡು ಮೂರು ಸ್ಥಳಗಳಲ್ಲಿ, ಒಂದು ಐದರಿಂದ ಹತ್ತು ಪಾತ್ರ ಇರುವ ಕಥೆ ಆದರೆ ಸಾಕು. ಸಾಮಾನ್ಯವಾಗಿ ಮೊದಲ ಕಿರುಚಿತ್ರದಲ್ಲಿ ಸ್ಥಳಗಳು ಪಾತ್ರಗಳು ಕಮ್ಮಿಯೇ ಇರುತ್ತವೆ, ಜಾಸ್ತಿ ಇರಲೇಬಾರದು ಅಂತ ಇಲ್ಲ; ಜಾಸ್ತಿ ಆದಷ್ಟು ನಿಮಗೆ ಪರದಾಟ. ಮೊದಲ ಕಿರುಚಿತ್ರವನ್ನು ಆದಷ್ಟು ಚೆಂದವಾಗಿ ಮಾಡುವುದು ನಿಮ್ಮ ಉದ್ದೇಶವಾಗಿರಲಿ. ಒಂದು ಕಿರುಚಿತ್ರ ಮಾಡುವ ಹೊತ್ತಿಗೆ ನಿಮಗೆ ಎಷ್ಟೋ ಸಂಗತಿಗಳು ಪಾಠಗಳು ದೊರಕಿ ಮುಂದಿನ ಕಿರುಚಿತ್ರದಲ್ಲಿ ನಿಮ್ಮ ಸಾಮರ್ಥ್ಯಕ್ಕನುಸಾರವಾಗಿ ರಿಸ್ಕ್ ತೆಗೆದುಕೊಳ್ಳಿ.

ಸರಿ ಈಗ ನಿಮ್ಮ ಚಿತ್ರಕಥೆಯನ್ನ ಸೀನುಗಳಾಗಿ ಡಿವೈಡ್ ಮಾಡಿಕೊಂಡ ಮೇಲೆ, ಮೊದಲು ಯಾವ ಸೀನು ಶೂಟ್ ಮಾಡಬೇಕು ನಿರ್ಧರಿಸಿಕೊಳ್ಳಿ.

ಅದರಲ್ಲಿ ಬರುವ ಪಾತ್ರಗಳ ಲಿಸ್ಟ್, ಅವುಗಳು ಮಾತನಾಡುವ ಡೈಲಾಗು, ಆ ಪಾತ್ರಗಳ ಕಾಸ್ಟ್ಯೂಮ್, ಸೀನಿನಲ್ಲಿ ಇರುವ ಪ್ರಾಪರ್ಟಿಗಳು ಎಲ್ಲವನ್ನು ಶೂಟಿಂಗ್ ಹಿಂದಿನ ದಿನವೇ ರೆಡಿ ಮಾಡಿಟ್ಟುಕೊಳ್ಳಿ, ನಿಮ್ಮ ಕ್ಯಾಮರಾಮ್ಯಾನ್ ಮತ್ತು ಕಲಾವಿದರು ಮತ್ತೆ ಉಳಿದ ತಂಡ ಜೊತೆ ಆದಷ್ಟು ಬೇಗ ನಿಮ್ಮ ಶೂಟಿಂಗ್ ಲೊಕೇಶನ್ ಸೇರಿಕೊಳ್ಳಿ.

ಹೊರಗೆ ಜಾಸ್ತಿ ಶೂಟಿಂಗ್ ಇರುವ ದೃಶ್ಯವಾಗಿದ್ದರೆ ಬಿಸಿಲು ಬರುವ ಮುನ್ನ ಶುರು ಮಾಡಬೇಕು. ಸಾಮಾನ್ಯವಾಗಿ ಜಾಸ್ತಿ ಬಿಸಿಲು ಇದ್ದಾಗ ಹೊರಗೆ ಶೂಟ್ ಮಾಡೋಲ್ಲ. ಯಾಕೆ ಏನು ಎಂದು ಕ್ಯಾಮೆರಾವರ್ಕ್ ಬಗ್ಗೆ ಹೇಳುವಾಗ ಮಾತಾಡೋಣ.

ಪಾತ್ರಗಳಿಗೆ ನೀವು ವರ್ಕ್‌ಶಾಪ್ ರಿಹರ್ಸಲ್ ಮಾಡಿಸಿದ್ದಾರೆ ಒಳ್ಳೆಯದು, ಇಲ್ಲದಿದ್ದರೆ ಶೂಟಿಂಗ್ ಶುರುವಾಗುವ ಮುನ್ನ ಪಾತ್ರದ ಮನಸ್ಥಿತಿ ಹೇಗಿರುತ್ತದೆ, ಡೈಲಾಗ್ ಡೆಲಿವರಿ ಹೇಗಿರಬೇಕು, ಎಲ್ಲವನ್ನೂ ಅವರಿಗೆ ತಿಳಿಸಿ.

ಪಾತ್ರಧಾರಿಗಳಿಗೆ ಅನುಭವ ಇದ್ದರೆ ಅವರಿಗೆ ಬ್ಲಾಕಿಂಗ್, ಪ್ರೊಫೈಲ್ ಎಲ್ಲ ಗೊತ್ತಿರುತ್ತದೆ. ಗೊತ್ತಿಲ್ಲದಿದ್ದರೆ ನೀವೇ ಹೇಗೆ ನಿಲ್ಲಬೇಕು? ಎಲ್ಲಿ ನಿಲ್ಲಬೇಕು? ಕ್ಯಾಮೆರಾ ಎಲ್ಲಿದೆ? ಎಲ್ಲವನ್ನು ತಿಳಿಸಿಕೊಡಿ. ಸಾಧ್ಯವಾದರೆ ಒಬ್ಬ ಮೇಕಪ್ ಮ್ಯಾನ್ ಇಟ್ಟುಕೊಳ್ಳಿ. ಮೇಕಪ್ ಇದ್ದಷ್ಟು ಒಳ್ಳೆಯದು.

ಎಲ್ಲವು ಸರಿಯಾದ ಮೇಲೆ ಶೂಟಿಂಗ್ ಶುರುಮಾಡಿ. ಎಲ್ಲಿಗೆ ಕಟ್ ಹೇಳಬೇಕು ಗೊತ್ತಿರಲಿ. ಸೀನು ಶುರುವಾಗಿ ಮುಗಿದ ಮೇಲೂ ಸ್ವಲ್ಪ ಸಮಯ ಕ್ಯಾಮೆರಾ ಆನ್ ಇರಲಿ. ಅದು ಎಡಿಟಿಂಗ್ ಟೈಮಲ್ಲಿ ಉಪಯೋಗಕ್ಕೆ ಬರುತ್ತದೆ. ನೀವು ಅಂದುಕೊಂಡಂತೆ ಅಭಿನಯ ಬರದೇ ಇದ್ದಾಗ ಮತ್ತೆ ಮತ್ತೆ ಮಾಡಿಸಿ. ಎಲ್ಲಿ ಪಾತ್ರಧಾರಿಗಳು ಮಿಸ್ ಮಾಡ್ತಾ ಇದ್ದಾರೆ ತಿಳಿಸಿ. ಆದಷ್ಟು ಶೂಟಿಂಗ್ ವೇಳೆ ಬೇರೆಯವರು ಮಾತನಾಡದಂತೆ. ಯಾರ್ಯಾರೋ ಫ್ರೇಮ್‌ನಲ್ಲಿ ಬಾರದೆ ಇರುವಂತೆ ಗಮನ ವಹಿಸಿ. ಅದಕ್ಕಾಗಿ ಒಂದಿಬ್ಬರನ್ನು ಇಟ್ಟುಕೊಳ್ಳಿ; ಅವರು ನೋಡಿಕೊಳ್ಳಲಿ.

ಶೂಟಿಂಗ್ ಎಲ್ಲ ಮುಗಿದ ಮೇಲೆ ಒಂದು ಸಲ ಬೆಳಗಿನಿಂದ ಶೂಟಿಂಗ್ ಮಾಡಿದ ಫೂಟೇಜ್ ಒಮ್ಮೆ ನೋಡಿ. ನೀವು ಅಂದುಕೊಂಡಂತೆ ಬಂದಿದೆಯೇ ಪರೀಕ್ಷಿಸಿಕೊಳ್ಳಿ. ಯಾವ ಯಾವ ಕೆಲವು ವಿಷಯಗಳು ಮಿಸ್ ಆಗಿವೆ ಅನಿಸಿದ್ದನ್ನು ಒಂದೆಡೆ ಬರೆದುಕೊಳ್ಳಿ. ಒಂದು ಸಲ ನಿಮ್ಮ ಪಾತ್ರವರ್ಗದವರಿಗೆ ಹೋಗಿ ಮಾತಾಡಿ ಚೆನ್ನಾಗಿ ಅಭಿನಯಿಸಿದ್ದರೆ ಬೆನ್ನು ತಟ್ಟಿ, ಇಲ್ಲದಿದ್ದರೆ ಇನ್ನೂ ಚೆನ್ನಾಗಿ ಅಭಿನಯಿಸುವಂತೆ ಪ್ರೋತ್ಸಾಹ ಕೂಡ ಕೊಡಿ.

ಎಲ್ಲಕ್ಕೂ ಮುಖ್ಯವಾಗಿ ಶೂಟಿಂಗ್ ವೇಳೆ ಸಮಯಕ್ಕೆ ಸರಿಯಾಗಿ ತಿಂದು ಮಲಗಿಕೊಳ್ಳಿ. ಅದು ನಿಮ್ಮನ್ನು ಇಡೀ ದಿನ ಆ್ಯಕ್ಟಿವ್ ಆಗಿ ಇರುವಂತೆ ಮಾಡುತ್ತದೆ.

ಶೂಟಿಂಗ್ ವೇಳೆ ನೆನಪಿಡಬೇಕಾದ ಕೆಲವು ಮುಖ್ಯ ಅಂಶಗಳು

1. ಸಮಯ ಮತ್ತು ಜಾಗ–ನಿಮ್ಮ ಇಡೀ ಚಿತ್ರಕಥೆಯನ್ನ ಸ್ಥಳಗಳಿಗೆ ತಕ್ಕ ಹಾಗೆ ದೃಶ್ಯಗಳಾಗಿ, ದೃಶ್ಯಗಳನ್ನ ಶಾಟ್‌ಗಳಾಗಿ ಶಾಟ್‌ಲಿಸ್ಟ್ ಮಾಡಿಟ್ಟುಕೊಂಡಿದ್ದನ್ನು ಶೂಟಿಂಗ್ ಹೋಗುವ ಮುನ್ನ ನೋಡಿಕೊಳ್ಳಿ, ಸರಿಯಾದ ಸಮಯಕ್ಕೆ ಸರಿಯಾದ ಜಾಗಕ್ಕೆ ಇಡೀ ತಂಡ ಅಲ್ಲಿ ಇರಬೇಕು.

2. ಒಂದೇ ದಿನ ತುಂಬಾ ದೂರ ಇರುವ ಎರಡು ಬೇರೆ ಬೇರೆ ಸ್ಥಳಗಳಲ್ಲಿ ನಡೆಯುವ ದೃಶ್ಯಗಳನ್ನು ಶೂಟ್ ಮಾಡುವ ಪ್ಲ್ಯಾನ್ ಮಾಡಬೇಡಿ. ಆದಷ್ಟು ಒಂದೇ ಸ್ಥಳದಲ್ಲಿ ನಡೆಯಬಹುದಾದ ಎಲ್ಲ ದೃಶ್ಯಗಳನ್ನು ಇಟ್ಟುಕೊಂಡು ಒಂದೊಂದೇ ದೃಶ್ಯಗಳನ್ನು ಶೂಟ್ ಮಾಡುತ್ತ ಹೋಗಿ.

3. ಶೂಟಿಂಗ್ ಶುರುವಾಗುವ ಮುಂಚೆ ಪ್ರತಿಯೊಂದನ್ನು ಚೆಕ್ ಮಾಡಿಕೊಳ್ಳಿ; ಸ್ಥಳವನ್ನ, ಪಾತ್ರಧಾರಿಗಳನ್ನ, ಕ್ಯಾಮೆರಾಗಳನ್ನ, ಕ್ಯಾಮೆರಾದ ಬ್ಯಾಟರಿ, ಜೊತೆಗೆ ತಂದಿರುವ ಮೆಮೊರಿ ಕಾರ್ಡು ಎಲ್ಲವನ್ನು ಚೆಕ್ ಮಾಡಿಕೊಳ್ಳಿ.

4. ಪ್ರತಿ ಶಾಟ್ ಮುಗಿದ ಮೇಲೆ ಒಮ್ಮೆ ಪಾತ್ರ ಅಭಿನಯ, ಬೆಳಕು, ಧ್ವನಿ ಎಲ್ಲವು ಸರಿಯಾಗಿ ಬಂದಿದೆಯಾ ನೋಡಿಕೊಳ್ಳಿ. ಯಾವುದಾದರೂ ಒಂದು ಮಿಸ್ ಆಗಿದ್ದರೆ, ಮತ್ತೆ ಟೇಕ್ ತೆಗೆದುಕೊಳ್ಳಿ.

5. ಲೈಟಿಂಗ್ ನೋಡಿಕೊಳ್ಳಿ –ಲೈಟಿಂಗ್ ತುಂಬಾ ಮುಖ್ಯ. ಸ್ವಲ್ಪ ಕಮ್ಮಿಯಾದರೆ UNDEREXPOSE ಆಗಿ, ಸ್ವಲ್ಪ ಜಾಸ್ತಿ ಆದ್ರೆ OVEREXPOSE ಆಗಿ ವಿಡಿಯೋ ನೋಡಲು ಸಾಧ್ಯವಾಗುವುದಿಲ್ಲ. ಲೈಟಿಂಗ್ ಕೂಡ ಮುಖ್ಯ. ಅದರ ಬಗ್ಗೆಯೂ ಗಮನ ಇರಲಿ.

6. ಪಾತ್ರಧಾರಿಗಳ ಕಾಸ್ಟ್ಯೂಮ್ ಮೊದಲೇ ಎತ್ತಿಟ್ಟುಕೊಳ್ಳಿ. ಜೊತೆಗೆ ಮೇಕಪ್ ಮ್ಯಾನ್ ಕೂಡ ಇರಲಿ.

7. ಪಾತ್ರಧಾರಿಗಳ ಅಭಿನಯ ಜೊತೆಗೆ ಬ್ಯುಸಿನೆಸ್ ಶಾಟ್ಸ್ ಅಥವಾ ಬಿ ರೋಲ್ ಎನಿಸುವ ಪೂರಕ ದೃಶ್ಯಗಳನ್ನು ಸೆರೆ ಹಿಡಿದಿಟ್ಟುಕೊಳ್ಳಿ ಉದಾಹರಣೆಗೆ ಫ್ಯಾನ್ ತಿರುಗುತ್ತಿರುವುದು, ಅಲಾರಾಂ ಬಡಿಯುವುದು, ಜನರ ಓಡಾಟ,

ಕುಕ್ಕರ್ ಕೂಗುವುದು... ಹೀಗೆ ಅಭಿನಯ ಬಿಟ್ಟು ತೋರಿಸಬೇಕಾದ ಎಲ್ಲ ದೃಶ್ಯಗಳನ್ನ ಮಿಸ್ ಮಾಡದೆ ಶೂಟ್ ಮಾಡಿಟ್ಟುಕೊಳ್ಳಿ.

8. ಸಿನಿಮಾ ಅನ್ನೋದು ದೃಶ್ಯ ಮತ್ತು ಮಾತಿನ ಮದುವೆ ಅಂತಾರೆ. ಹಾಗಾಗಿ, ನಿಮ್ಮ ದೃಶ್ಯದ ವಿಡಿಯೋ ಕ್ಲಾರಿಟಿ, ಜೊತೆಗೆ ಆಡಿಯೋ ಕ್ಲಾರಿಟಿ ಬಗ್ಗೆ ಗಮನ ಇರಲಿ.

9. ಫೂಟೇಜ್ –ಒಂದು ಸಲ ಶೂಟ್ ಮಾಡಿದ ಮೇಲೆ, ಎಲ್ಲ ಫೂಟೇಜ್‌ಗಳನ್ನು ಒಂದು ಕಡೆ ಆ ದಿನಾಂಕದ ಆ ದೃಶ್ಯದ ವಿವರ ಸಮೇತ ನಿಮ್ಮ ಲ್ಯಾಪ್‌ಟಾಪ್ ಅಥವಾ ಹಾರ್ಡ್‌ಡಿಸ್ಕ್‌ನಲ್ಲಿ ಸೇವ್ ಮಾಡಿಕೊಳ್ಳಿ. ಯಾವುದಕ್ಕೂ ಎರಡು ಕಾಪಿ ಇರಲಿ, ಶೂಟಿಂಗ್‌ನಲ್ಲಿ ಪ್ರತಿ ದೃಶ್ಯದ ನಂಬರು, ಶಾಟ್ ನಂಬರು, ಮತ್ತೆ ಟೇಕ್ ನಂಬರ್ ಕೂಡ ಬರೆದಿಟ್ಟುಕೊಳ್ಳಿ. ಇದಕ್ಕೆ ಶೂಟಿಂಗ್ ರಿಪೋರ್ಟ್ ಅಂತಾರೆ. ಅದರಲ್ಲಿ ಸಣ್ಣ ಅಕ್ಷರದಲ್ಲಿ ಡೈಲಾಗ್ ಬದಲಾಗಿದ್ದಾರೆ ಬರೆದಿಟ್ಟುಕೊಳ್ಳಿ; ಡಬ್ಬಿಂಗ್ ಸಮಯದಲ್ಲಿ ಬೇಕಾಗುತ್ತದೆ.

10. ಎಲ್ಲಕ್ಕಿಂತ ಮುಖ್ಯವಾಗಿ ರಿಲ್ಯಾಕ್ಸ್ ಆಗಿರಿ. ಶೂಟಿಂಗ್ ಅನ್ನೋದು ಬಲು ಒತ್ತಡದ ಕೆಲಸ. ಎಲ್ಲವು ಸರಿ ಅನಿಸಿದೆ ಅಂದಾಗ ಏನೋ ಒಂದು ಆಗೋದು ಸಹಜ. ಅದಕ್ಕೆ ಆರಾಮಾಗಿ ಇರಿ. ಪ್ರತಿ ತೊಂದರೆಗೂ ಪರಿಹಾರ ಇರುತ್ತದೆ. ನೀವು ಆರಾಮಾಗಿದ್ದಷ್ಟು ಬೇಗ ಪರಿಹಾರ ಸಿಗುತ್ತದೆ. ಸೊ ಜಸ್ಟ್ ಬೀ ರಿಲ್ಯಾಕ್ಸ್.

ಕ್ಯಾಮೆರಾ ಮತ್ತು ಕ್ಯಾಮೆರಾ ವರ್ಕ್ (ಛಾಯಾಗ್ರಹಣ)

"As the cinematographer is usually more visual than the director is and full cooperation is really the answer and to make a great film, you need a good director and you need a good cinematographer."

—Vilmos Zsigmond

ಶೂಟಿಂಗ್‌ಗೆ ಬೇಕಾಗಿರೋದು ಅಭಿನಯಿಸೋ ಕಲಾವಿದರು, ಹೇಗೆ ಅಭಿನಯಿಸಬೇಕು ಅನ್ನೋ ನಿರ್ದೇಶಕರು ಮತ್ತೆ ಕಲಾವಿದರ ಅಭಿನಯವನ್ನ ಸೆರೆಹಿಡಿಯೋ ಕ್ಯಾಮೆರಾ ಅದನ್ನು ಸಂಭಾಳಿಸೋ ಕ್ಯಾಮೆರಾಮ್ಯಾನ್, ಹಾಗಾಗಿ ಶೂಟಿಂಗ್‌ಗೆ ತುಂಬಾ ಅಂದರೆ ತುಂಬಾ ಮುಖ್ಯವಾಗಿರೋದು ಕ್ಯಾಮೆರಾ. ನಾವು ಮಾತನಾಡುತ್ತಿರುವುದು ಕಿರುಚಿತ್ರದ ಬಗ್ಗೆ. ಅದರಲ್ಲೂ ಮೊದಲ ಕಿರುಚಿತ್ರದ ಬಗ್ಗೆ. ಈ ನಿಮ್ಮ ಕಿರುಚಿತ್ರಕ್ಕೆ ಕ್ಯಾಮೆರಾಮ್ಯಾನ್ ಇರಬಹುದು, ಇಲ್ಲದೆಯೂ ಇರಬಹುದು. ಇದ್ದರೆ ಒಳ್ಳೆಯದು; ಇಲ್ಲದೆ ಇದ್ದರೆ ನೀವು ಅದರ ಬಗ್ಗೆ ಖಂಡಿತ ತಿಳಿದುಕೊಂಡೆ ಶೂಟಿಂಗ್‌ಗೆ ಹೊರಡಬೇಕು. ಹಾಗಾದರೆ ಏನೆಲ್ಲಾ ತಿಳಿದುಕೊಳ್ಳಬೇಕು? ಈ ಅಧ್ಯಾಯದಲ್ಲಿ ಕ್ಯಾಮೆರಾ, ಕ್ಯಾಮೆರಾವರ್ಕಿಂಗ್ ಬಗ್ಗೆ ಸ್ವಲ್ಪ ವಿವರಿಸುವೆ. ಮುಂದಿನ ಅಧ್ಯಾಯದಲ್ಲಿ ವೃತ್ತಿಪರ ಅಥವಾ ಪ್ರೊಫೆಶನಲ್ ಕ್ಯಾಮರಾಮ್ಯಾನ್ ಇನ್ನಷ್ಟು ಜಾಸ್ತಿ ಹೇಳಿ ಕೊಡುತ್ತಾರೆ. ಮುಂದಿನ ಎರಡು ಅಧ್ಯಾಯಗಳು ಹಾಗೆ ಇರುತ್ತವೆ. ನನಗೆ ತಿಳಿದ ಜ್ಞಾನದಲ್ಲಿ ಬೇಸಿಕ್ ವಿಷಯವನ್ನು ಹೇಳ್ತಿನಿ. ಮಿಕ್ಕಿದ್ದನ್ನು ಸವಿಸ್ತಾರವಾಗಿ ಅದರಲ್ಲಿ ಪರಿಣತಿ ಇರೋರು ಈಗಾಗಲೇ ಇಂಡಸ್ಟ್ರಿಯಲ್ಲಿ ಇರೋರು ನಿಮಗೆ ಹೇಳಿ ಕೊಡ್ತಾರೆ. ಎರಡನ್ನು ಓದಿಕೊಳ್ಳಿ.

ಸರಿ, ನಿಮ್ಮ ಕಿರುಚಿತ್ರಕ್ಕೆ ಯಾವ ತರದ ಕ್ಯಾಮೆರಾ ಬೇಕು? ಇದು ಮೊದಲ ಪ್ರಶ್ನೆ. ದುಬಾರಿಯಾದ ಆ್ಯರ್ರಿ, ರೆಡ್ ಕ್ಯಾಮೆರಾಗಳಿಂದ ಹಿಡಿದು ಕೈಗೆಟುಕುವ ಬ್ಲ್ಯಾಕ್ ಮ್ಯಾಜಿಕ್, ಸೋನಿ ಅಲ್ಫಾ, ಕೆನಾನ್ ಮಾರ್ಕ್ 5D ಇವಲ್ಲಿ ನೀವು ಯಾವುದಾದರು ಬಳಸಬಹುದು; ಅದು ನಿಮಗೆ ಬಿಟ್ಟಿದ್ದು. ಪ್ರೊಫೆಶನಲ್ ಕ್ಯಾಮೆರಾಗಳಿಗೆ ಬಾಡಿಗೆ ಜಾಸ್ತಿ ಇರುತ್ತದೆ. ಅದನ್ನು ನೀವು ಭರಿಸಲು ಸಾಧ್ಯವಾ? ನೋಡಿಕೊಳ್ಳಿ.

ನೀವು ಕ್ಯಾಮೆರಾ ಇಲ್ಲದೆ ಶೂಟ್ ಮಾಡಬಹುದಾ?

ಖಂಡಿತ ಮಾಡಬಹುದು. ನಿಮ್ಮ ಬಳಿ ಒಳ್ಳೆ ಕ್ಯಾಮೆರಾ ಇರುವ ಫೋನ್ ಇದ್ದರೆ ಸಾಕು. ಎಷ್ಟೋ ಕಿರುಚಿತ್ರಗಳು ಸ್ಮಾರ್ಟ್ ಫೋನಿನಲ್ಲೇ ಸೆರೆ ಹಿಡಿದು, ಅದರಲ್ಲೇ ಎಡಿಟ್ ಮಾಡಬಹುದು. ನಿಮಗೆ ಕಥೆ ಹೇಳುವ ಶಕ್ತಿ ಮತ್ತೆ ಪಾತ್ರವರ್ಗದಿಂದ ಅಭಿನಯ ತೆಗೆಸುವ ಸಾಮರ್ಥ್ಯ ಇದ್ದರೆ ಮೊದಲ ಕಿರುಚಿತ್ರಕ್ಕೆ ದೊಡ್ಡ ದೊಡ್ಡ ಕ್ಯಾಮೆರಾಗಳಿಗಿಂತ ನಿಮ್ಮ ಬಳಿ ಇರುವ ಸ್ಮಾರ್ಟ್ ಫೋನ್ ಬೆಸ್ಟ್. ನಿಮ್ಮಲ್ಲಿ ಕ್ಯಾಮೆರಾ ಬಾಡಿಗೆ ಭರಿಸುವ ಶಕ್ತಿ ಇದ್ದರೆ ಮಾತ್ರ ದೊಡ್ಡ ದೊಡ್ಡ ಕ್ಯಾಮೆರಾಗಳ ಮೊರೆಹೋಗಿ. ಕ್ಯಾಮೆರಾಗಳನ್ನು ಬಳಸಿದರೆ ಅದಕ್ಕೆ ಸೂಕ್ತವಾದ ಲೈಟಿಂಗ್ ಕೂಡ ನೀವು ಕೊಡಬೇಕು. ಇದೆಲ್ಲದರಿಂದ ನೋಡಿದರೆ ಸೋನಿ ಅಲ್ಫಾ ಒಳ್ಳೆಯ ಕ್ಯಾಮೆರಾ ಮತ್ತೆ ಬಾಡಿಗೆ ಕೂಡ ಕಮ್ಮಿ. ನಿಮ್ಮ ನಿಮ್ಮ ಬಜೆಟ್ಟಿಗೆ ನಿಮಗೆ ಸೂಕ್ತ ಅನಿಸುವ ಕ್ಯಾಮೆರಾ ಬಳಸಿಕೊಳ್ಳಿ.

ನಿಮಗೆ ಕ್ಯಾಮೆರಾ ಬಳಕೆಯೇ ಗೊತ್ತಿಲ್ಲ ಅಂದಾದರೆ, ಆದಷ್ಟು ಫೋನಿನಲ್ಲಿ ಶೂಟ್ ಮಾಡಿ. ಇಲ್ಲ ಕ್ಯಾಮೆರಾದ ಬಗ್ಗೆ ಎಲ್ಲವನ್ನು ತಿಳಿದುಕೊಂಡು ಅನಂತರ ಕ್ಯಾಮೆರಾ ಬಳಸಿ. ಇಲ್ಲದಿದ್ದರೆ ಸಮಯ ಮತ್ತು ದುಡ್ಡು ವ್ಯರ್ಥ. ನನ್ನ ಒಂದು ಕಿರುಚಿತ್ರಕ್ಕೆ ನಾನು ಸೋನಿ ಅಲ್ಫಾ ಬಾಡಿಗೆ ತಂದಿದ್ದೆ. ಜೊತೆಗೆ ಗಿಂಬಲ್ ಸಹ ತರಿಸಿದ್ದೆ. ಪುಣ್ಯಾತ್ಮ ಕ್ಯಾಮರಾಮನ್‌ಗೆ ಗಿಂಬಲ್ ಬಳಸಲು ಬಂದಿಲ್ಲ. ಅವನು ಕೂಡ ಹೇಳಿಲ್ಲ. ಆ ಗಿಂಬಲ್ ಬಳಸದೆ ಅದಕ್ಕೆ ಒದ್ದಾಡಿ ಒಂದು ದಿನದ ಶೂಟಿಂಗ್ ಎರಡು ಮೂರು ದಿನ ಆಯಿತು. ಜೊತೆಗೆ ದುಡ್ಡು ಕೂಡ ವೇಸ್ಟ್ ಆಯ್ತು. ಹಾಗಾಗಿ ನೀವು ಚಿತ್ರೀಕರಣದಲ್ಲಿ ಏನೇ ಬಳಸುವುದು ಇದ್ದರೂ ಅದರ ಬಗ್ಗೆ ಬೇಸಿಕ್ ಗೊತ್ತಿದ್ದಷ್ಟು ಒಳ್ಳೆಯದು.

ಸರಿ ನಿಮಗೆ ಕ್ಯಾಮೆರಾ ಜ್ಞಾನ ಇಲ್ಲ ಫೋನ್ ಬಳಸುತ್ತೀರಿ ಅಥವಾ ಕ್ಯಾಮೆರಾ ಬಗ್ಗೆ ಸ್ವಲ್ಪ ತಿಳಿದುಕೊಂಡಿದ್ದೀನಿ ಎಂದಾದರೆ ನಿಮಗೆ ಬೇಕಿರೋದು ಫ್ರೇಮಿಂಗ್ ಜ್ಞಾನ ಮತ್ತು ಶಾಟ್‌ಗಳ ಜ್ಞಾನ.

ಫ್ರೇಮಿಂಗ್ ಅಂದ್ರೆ ನೀವು ತೆರೆ ಮೇಲೆ ನೋಡ್ತೀರಲ್ಲ ಅದೇ ಫ್ರೇಮಿಂಗ್. ಅದರ ಬಗ್ಗೆ ನಿಮಗೆ ಜ್ಞಾನ ಇರಲೇಬೇಕು. ಅದಕ್ಕೂ ಮುಂಚೆ ಸಿನಿಮಾದಲ್ಲಿ ಬಳಸುವ ಶಾಟ್‌ಗಳ ಬಗ್ಗೆ ಮಿನಿಮಮ್ ಜ್ಞಾನ ಇರಬೇಕು. ಯಾವ ದೃಶ್ಯಕ್ಕೆ ಯಾವ ಶಾಟ್ ಅವಶ್ಯ ಎಂದು ನಿಮಗೆ ಗೊತ್ತಿರಬೇಕು. ಒಂದು ದೃಶ್ಯವನ್ನು ಪ್ರೇಕ್ಷಕರಿಗೆ ದಾಟಿಸುವಲ್ಲಿ ಅದರ ಅರಿವು ತುಂಬಾ ಮುಖ್ಯ.

ಕೆಲವು ಬೇಸಿಕ್ ಶಾಟ್ಸ್ ಬಗ್ಗೆ ತಿಳಿದುಕೊಳ್ಳೋಣ:

1. **ವೈಡ್ ಶಾಟ್** –ವೈಡ್ ಶಾಟ್ ಅಂದರೆ ಒಂದು ದೊಡ್ಡ ಕ್ಯಾನ್ವಾಸ್; ಒಂದು ಸ್ಥಳ, ಘಟನೆ ನಡೆಯುವ ಪ್ರದೇಶ ತೋರಿಸಲು ಬಳಸುವ

ಶಾಟ್. ಇದರಲ್ಲಿ ಎಲ್ಲವು ಕವರ್ ಮಾಡಬಹುದು. ಉದಾಹರಣೆ ಬಸ್ ಸ್ಟ್ಯಾಂಡ್ ನೀವು ಸೆರೆ ಹಿಡಿಯುತ್ತಿರ ಎಂದಾದರೆ, ಅಲ್ಲೊಂದು ನಿಲ್ದಾಣ, ಅಲ್ಲಿ ನಿಂತ ಜನ ರೋಡು ಎಲ್ಲವನ್ನು ತೋರಿಸಿದರಷ್ಟೇ ಅದು ಬಸ್ ಸ್ಟ್ಯಾಂಡ್ ಎಂದು ಗೊತ್ತಾಗುತ್ತದೆ. ಅದಕ್ಕೆ ಅದೆಲ್ಲವನ್ನು ಸೆರೆಹಿಡಿಯುವ ಶಾಟ್ ವೈಡ್ ಶಾಟ್.

ಉದಾಹರಣೆಗೆ, ಈ ಕೆಳಗಿನ ಚಿತ್ರ ಗಮನಿಸಿ:

2. **ಏರಿಯಲ್ ಶಾಟ್** –ಇದು ಒಂದು ಪ್ರದೇಶವನ್ನು ಮೇಲಿಂದ ತೋರಿಸುವ ಶಾಟ್. ಆ ಪ್ರದೇಶದಲ್ಲಿ ನಡೆಯುತ್ತಿರುವ ಶಾಟ್ ಅನ್ನು ಮೇಲಿಂದ ತೋರಿಸಬಹುದು. ಆ ತರದ ಶಾಟ್

ಉದಾಹರಣೆಗೆ, ಈ ಕೆಳಗಿನ ಚಿತ್ರ ಗಮನಿಸಿ:

3. **ಕ್ಲೋಸಪ್ ಶಾಟ್** –ತುಂಬಾ ಗಮನ ಕೊಡಬೇಕಾದ ದೃಶ್ಯಗಳಲ್ಲಿ ಈ ಶಾಟ್ ಬಳಸುತ್ತಾರೆ. ಉದಾಹರಣೆಗೆ, ಯಾರನ್ನಾದರೂ ನೋಡಿ ಭಯಪಡುವ ದೃಶ್ಯ ಆಗಿದ್ದರೆ ಆ ಭಯವನ್ನು ತೋರಿಸುವುದು, ಕಣ್ಣುಗಳು ಮತ್ತು ಮುಖದಿಂದ ಕೇವಲ ಮುಖ ಅಥವಾ ಕಣ್ಣನ್ನು ತೋರಿಸುವ ಶಾಟ್ ಕ್ಲೋಸಪ್ ಶಾಟ್, ಹೆಸರೇ ಹೇಳುವಂತೆ ತುಂಬಾ ಹತ್ತಿರಕ್ಕೆ ಹೋಗಿ ಶಾಟ್ ಇಡುವುದು.

   ಉದಾಹರಣೆಗೆ ಈ ಕೆಳಗಿನ ಚಿತ್ರ ಗಮನಿಸಿ:

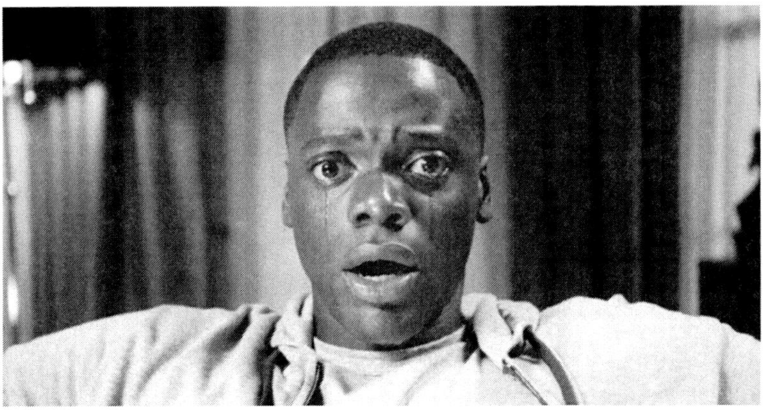

4. **ಲಾಂಗ್ ಶಾಟ್** –ಇದು ಹೆಚ್ಚು ಕಮ್ಮಿ ವೈಡ್ ಶಾಟ್ ತರಾನೇ, ಒಬ್ಬ ವ್ಯಕ್ತಿ ಒಂದು ಬಯಲಲ್ಲಿ ಒಬ್ಬನೇ ಕೂತಿದ್ದರೆ ಅವನನ್ನು ಸ್ವಲ್ಪ ದೂರದಿಂದ ಸೆರೆ ಹಿಡಿದರೆ ಅದು ಲಾಂಗ್ ಶಾಟ್.

   ಉದಾಹರಣೆಗೆ, ಈ ಕೆಳಗಿನ ಚಿತ್ರ ಗಮನಿಸಿ:

ಇದರಲ್ಲೇ ಫುಲ್ ಲಾಂಗ್ ಶಾಟ್ ಮತ್ತು ಮೀಡಿಯಂ ಲಾಂಗ್ ಶಾಟ್ ಕೂಡ ಬರುತ್ತದೆ. ಮೀಡಿಯಂ ಲಾಂಗ್ ಶಾಟ್‌ನಲ್ಲಿ ಮತ್ತಷ್ಟು ಡಿಟೇಲ್ಸ್ ನಿಮಗೆ ಸಿಗುತ್ತದೆ. ಮೀಡಿಯಂ ಲಾಂಗ್ ಶಾಟ್ ತಲೆಯಿಂದ ಸೊಂಟದವರೆಗೂ ಒಬ್ಬ ವ್ಯಕ್ತಿಯನ್ನು ತೋರಿಸುತ್ತೇವೆ. ಅದರಲ್ಲಿ ಅವನ ಭಾವ, ಅವನು ಹಾಕಿರೋ ಶರ್ಟ್, ಹೀಗೆ ಒಂದಷ್ಟು ಡೀಟೇಲ್ಸ್ ನಿಮಗೆ ಸಿಗುತ್ತೆ

ಅದೇ ವ್ಯಕ್ತಿಯನ್ನು ಕಾಲಿನಿಂದ ತಲೆಯವರೆಗೆ ತೋರಿಸಿದರೆ ಅದು ಫುಲ್ ಲಾಂಗ್ ಶಾಟ್ ಆಗುತ್ತದೆ. ಒಬ್ಬ ವ್ಯಕ್ತಿ ನಿಂತು ಬಾ ಎಂದು ಕೂಗುವುದು, ಕರೆಯುವುದು ಇದಕ್ಕೆ ಒಂದೊಳ್ಳೆ ಉದಾಹರಣೆ.

ಇವಿಷ್ಟು ತುಂಬಾ ಬೇಸಿಕ್ ಶಾಟ್‌ಗಳು. ಇದು ಬಿಟ್ಟು ನಿಮಗೆ ಎಷ್ಟೋ ಶಾಟ್‌ಗಳು ಸಿಗುತ್ತವೆ. ನೀವು ಗೂಗಲ್ ಯೂಟ್ಯೂಬ್ ಅಥವಾ ಯಾವುದಾದರೂ ಶಾರ್ಟ್ ಟರ್ಮ್ ಕೋರ್ಸ್ ಮಾಡಿ ತಿಳಿದುಕೊಳ್ಳಬಹುದು.

ಇನ್ನೂ ಎರಡು ಮುಖ್ಯ ಶಾಟ್ ಬಗ್ಗೆ ಹೇಳುವೆ. ಒಂದು ಎಸ್ಟ್ಯಾಬ್ಲಿಷ್ ಶಾಟ್; ಇದು ತುಂಬಾ ಸಿನಿಮಾಗಳಲ್ಲಿ ಬಳಕೆಯಾಗುತ್ತದೆ. ಸಿನಿಮಾ ಆರಂಭದಲ್ಲಿ ಬಳಕೆಯಾಗುತ್ತದೆ. ಉದಾಹರಣೆಗೆ ನಾಯಕ ಏರ್‌ಪೋರ್ಟ್‌ನಲ್ಲಿ ಇದ್ದರೆ ಆಕಾಶದಿಂದ ಪ್ಯಾನ್ ಮಾಡಿ ಹೊರಗಿನಿಂದ ಏರ್‌ಪೋರ್ಟ್ ತೋರಿಸಿ ಅನಂತರ ಹಾಗೆ ಒಳಗೆ ಕ್ಯಾಮೆರಾ ಬರುತ್ತದೆ ಅದನ್ನು ಎಸ್ಟ್ಯಾಬ್ಲಿಷ್ ಶಾಟ್ ಅಂತಾರೆ. ನೀವು ನಿಮ್ಮ ದೃಶ್ಯವನ್ನು ಎಸ್ಟ್ಯಾಬ್ಲಿಷ್ ಮಾಡಬೇಕಾದರೆ ಬಳಸಬಹುದು.

ಮಾಸ್ಟರ್ ಶಾಟ್ –ಇದು ತುಂಬಾ ಮುಖ್ಯವಾದದುದು, ನೀವು ಶೂಟ್ ಮಾಡೋ ದೃಶ್ಯಕ್ಕೆ ಮಾಸ್ಟರ್ ಶಾಟ್ ಮುಖ್ಯ. ಮಾಸ್ಟರ್ ಶಾಟ್ ಎಂದರೆ ಒಂದು ಸ್ಥಳ ಮತ್ತು ಅಲ್ಲಿರುವ ಪಾತ್ರಧಾರಿಗಳು ಪೂರ್ತಿಯಾಗಿ ಫ್ರೇಮಿಗೆ ಸಿಗುವಂತೆ ಕ್ಯಾಮೆರಾ ಪ್ಲೇಸ್ ಮಾಡಿ ಸೆರೆ ಹಿಡಿಯುವುದು. ಇದನ್ನ ಮಾಸ್ಟರ್ ಶಾಟ್ ಆಗಿ ಇಟ್ಟುಕೊಂಡು, ಬೇಕಾದ ಕಡೆ ಬಳಸಿಕೊಳ್ಳಬಹುದು, ಈ ಶಾಟ್‌ನ ದೊಡ್ಡ ಉಪಯೋಗ ಕೆಲವೊಮ್ಮೆ ಬೇರೆ ಲಾಂಗ್ ಮೀಡಿಯಂ ಕ್ಲೋಸಪ್ ಶಾಟ್ ಮಿಸ್ ಆದಾಗ ನೀವು ಇದನ್ನು ಬಳಸಿಕೊಳ್ಳಬಹುದು.

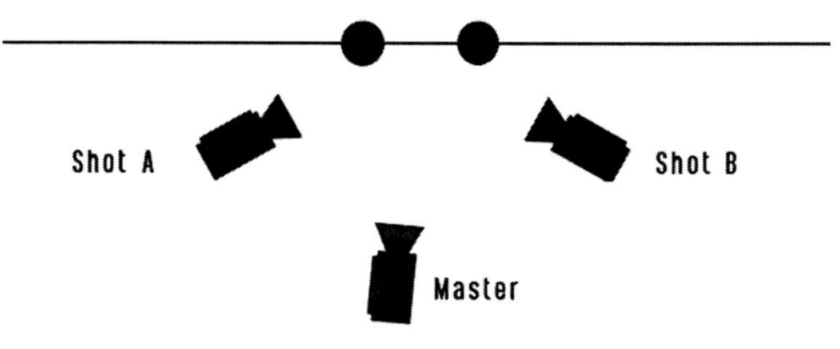

ಒಂದೊಂದ್ ಶಾಟ್‌ಗೂ ಒಂದೊಂದು ತರದ ಲೆನ್ಸ್ ಬಳಸುತ್ತಾರೆ. ಕೆಲವು ಲೆನ್ಸ್‌ಗಳು ಎಲ್ಲ ತರದ ಶಾಟ್ಸ್‌ಗೂ ಬಳಸಬಹುದು. ಹಾಗಾಗಿ ಕ್ಯಾಮೆರಾ ಮತ್ತು ಶೂಟ್ ಜ್ಞಾನದ ಜೊತೆಗೆ ನಿಮಗೆ ಕ್ಯಾಮರಾದಲ್ಲಿ ಬಳಸುವ ಲೆನ್ಸ್‌ಗಳ ಜ್ಞಾನವೂ ಮುಖ್ಯ. ಇದರ ಜೊತೆ ಬ್ಲಾಕಿಂಗ್ ಕೂಡ ಮುಖ್ಯ. ಬ್ಲಾಕಿಂಗ್ ಅಂದ್ರೆ ಪಾತ್ರಧಾರಿಗಳು ಎಲ್ಲಿ ನಿಲ್ಲಬೇಕು, ಯಾವ ದಿಕ್ಕಲ್ಲಿ ಮುಂದುವರಿಯಬೇಕು ಎಂಬುದು. ಇದರ ಅರಿವು ಪ್ರೊಫೆಶನಲ್ ಪಾತ್ರಧಾರಿಗಳಿಗೆ ಗೊತ್ತಿರುತ್ತದೆ.

ನಿಮ್ಮ ಕಿರುಚಿತ್ರದ ಪಾತ್ರಧಾರಿಗಳಿಗೆ ಗೊತ್ತಿಲ್ಲವೆಂದರೆ ಅದರ ಬಗ್ಗೆ ನೀವು ಹೇಳಿಕೊಟ್ಟರೆ ಒಳ್ಳೆಯದು.

ಇದರ ಜೊತೆಗೆ ನಿಮಗೆ ಕ್ಯಾಮೆರಾದಲ್ಲಿ ಬಳಸುವ ಲೆನ್ಸ್ ಬಗ್ಗೆ, ಫಿಲ್ಟರ್‌ಗಳ ಬಗ್ಗೆ, ಜೊತೆಗೆ ಬ್ಲಾಕಿಂಗ್ ಬಗ್ಗೆ ಗೊತ್ತಿರಬೇಕು. ಗೊತ್ತಿದ್ದಷ್ಟು ನೀವು ಇನ್ನೂ ಸಮರ್ಥವಾಗಿ ನಿಮ್ಮ ಸಿನಿಮಾವನ್ನು ಜನರಿಗೆ ದಾಟಿಸಬಹುದು. ಇವೆಲ್ಲವನ್ನೂ ಮುಂದಿನ ಅಧ್ಯಾಯದಲ್ಲಿ ಈಗಾಗ್ಲೇ ಇಂಡಸ್ಟ್ರಿಯಲ್ಲಿರುವವರು ಹೇಳಿದ್ದಾರೆ. ಅದನ್ನು ಓದಿ.

ಮಾಸ್ಟರ್ ಕ್ಲಾಸ್–ಕ್ಯಾಮೆರಾವರ್ಕ್

–ವಿವೇಕ್.ಎಸ್.ಕೆ
(work.viveksk@gmail.com)

"Cinema is a matter of what's in the frame and what's out."

—Martin Scorsese

ಸಿನೆಮ್ಯಾಟೋಗ್ರಫಿ ಎಂದರೆ ಏನು?

ಒಂದು ಸಿನಿಮಾಕ್ಕೆ ಸಿನಿಮಾ, ನಿರೂಪಣೆಗೆ ಬೇಕಾದ ದೃಶ್ಯಗಳನ್ನ ಸಿನಿಮಾ ಕ್ಯಾಮೆರಾ ಮೂಲಕ ಅರ್ಥಪೂರ್ಣವಾಗಿ ಸೆರೆಹಿಡಿಯುವಂತಹ ಒಂದು ಕಲೆ. ಹಾಗಂತ ಕ್ಯಾಮೆರಾ ಇದ್ದರೆ ಸಿನೆಮ್ಯಾಟೋಗ್ರಾಫರ್ ಮಾಡಬಹುದಾ? ಕ್ಯಾಮೆರಾ ಇದ್ದವರೆಲ್ಲ ಸಿನಿಮಾಟೋಗ್ರಾಫರ್ ಆಗಬಹುದಾ? ಖಂಡಿತ ಇಲ್ಲ. ಒಬ್ಬ ಸಿನೆಮ್ಯಾಟೋಗ್ರಾಫರ್‌ಗೆ ಫ್ರೇಮಿಂಗ್ ಸೆನ್ಸ್ ಅಥವಾ ಫ್ರೇಮಿಂಗ್ ಜ್ಞಾನ ಇರಲೇಬೇಕು. ಆಗಷ್ಟೇ ಅವನು ಸಿನೆಮ್ಯಾಟೋಗ್ರಾಫರ್ ಆಗಲು ಸಾಧ್ಯ. ಸಿನಿಮಾದ ತೆರೆಯಲ್ಲಿ ಏನನ್ನು ತೋರಿಸಬೇಕು. ಏನನ್ನು ತೋರಿಸಬಾರದು ಮತ್ತು ಹೇಗೆ ತೋರಿಸಬೇಕೆಂದು ಗೊತ್ತಿರಬೇಕು.

ಈ ಡಿ.ಓ.ಪಿ.ಗೂ ಸಿನೆಮ್ಯಾಟೋಗ್ರಾಫರ್‌ಗೂ ಇರೋ ವ್ಯತ್ಯಾಸ ಏನು?

ನಮ್ಮ ಭಾರತೀಯ ಸಿನಿರಂಗದಲ್ಲಿ ಅದರಲ್ಲೂ ಕನ್ನಡ ಚಿತ್ರರಂಗದಲ್ಲಿ ಹೆಚ್ಚು ಕಮ್ಮಿ ಇಬ್ಬರು ಒಂದೇ. ಆದರೆ ಹಾಲಿವುಡ್ ಭಾಷೆಯಲ್ಲಿ ಹೇಳೋದಾದರೆ ಸಿನಿಮಾ ಸೆಟ್‌ಗೆ ಹೋಗಿ ಲೈಟಿಂಗ್ ಮಾಡಿಸಿ ಶೂಟ್ ಮಾಡೋದು ಎಲ್ಲ ಒಬ್ಬರೇ ಆಗಿರೋಲ್ಲ. ಒಂದು ದೃಶ್ಯ ಹೇಗೆ ಬರಬೇಕೆಂದು ದೃಶ್ಯವನ್ನ ಆರ್ಟ್ ವಿಭಾಗ, ಕಾಸ್ಟ್ಯೂಮ್ಸ್ ವಿಭಾಗ ಇವರ ಜೊತೆ ಸೇರಿ ಡಿಸೈನ್ ಮಾಡೋರನ್ನ ಡೈರೆಕ್ಟರ್ ಆಫ್ ಫೋಟೋಗ್ರಫಿ ಅಂತಾರೆ ಅವರು ಡಿಸೈನ್ ಮಾಡಿದಂತೆ ಲೈಟಿಂಗ್ ಮಾಡಿಸಿ ಸೆಟ್‌ಗೆ ಹೋಗಿ ಶೂಟ್ ಮಾಡೋರು ಸಿನೆಮ್ಯಾಟೋಗ್ರಾಫರುಗಳು.

ಒಬ್ಬ ಸಿನೆಮ್ಯಾಟೋಗ್ರಾಫರ್‌ಗೆ ಯಾವುದೆಲ್ಲ 'ಸೆನ್ಸ್' ಅಥವಾ 'ಅರಿವು' ಇರಬೇಕು?

ಮೊದಲನೆಯದಾಗಿ ಎಡಿಟಿಂಗ್ ಬಗ್ಗೆ ಗೊತ್ತಿರಬೇಕು. ನೀವು ಯಾವುದೆಲ್ಲ ದೃಶ್ಯಗಳನ್ನ ಹೇಗೆಲ್ಲ ಶೂಟ್ ಮಾಡಿದ್ದೀರಿ ಅದನ್ನು ಜೋಡಿಸುವ ರೀತಿ ಗೊತ್ತಿರಬೇಕು. ಸರಿಯಾಗಿ ಜೋಡಿಸದ ದೃಶ್ಯಸರಣಿಗಳು ಆಭಾಸ ಉಂಟುಮಾಡುತ್ತೆ. ಕಿರಿಕಿರಿ ಅನಿಸುತ್ತೆ. ಎರಡನೆಯದಾಗಿ ಬಣ್ಣಗಳ ಅರಿವು ಇರಬೇಕು. ಬಣ್ಣಗಳ ಅರಿವು ಬರೀ ಯಾವ ಬಣ್ಣಗಳು ಎಂಬ ಹೆಸರು ಗೊತ್ತಿರೋದಲ್ಲ. ಮನುಷ್ಯನ ಮೆದುಳಿನಲ್ಲಿ ಬೇರೆ ಬೇರೆ ಬಣ್ಣಗಳು ಬೇರೆ ಬೇರೆ ಭಾವಗಳನ್ನ ಹುಟ್ಟುಹಾಕುತ್ತೆ. ಅದರ ಅರಿವು ಇರಬೇಕು. ಒಂದು ಕಥೆಗೆ ಒಂದು ದೃಶ್ಯಕ್ಕೆ ಅರ್ಥ ಕೊಡುವ ಬಣ್ಣಗಳನ್ನು ಬಳಸಿಕೊಳ್ಳುವ ಅರಿವು ಇರಬೇಕು. ಎಲ್ಲಕ್ಕೂ ಮುಖ್ಯವಾಗಿ. ಮೂರನೆಯದು ಒಂದು ತಂಡದ ಸದಸ್ಯನಾಗಿ ಜೊತೆಯಲ್ಲಿ ಕೆಲಸ ಮಾಡುವ ಮನಸ್ಥಿತಿ ಇರಬೇಕು. ಸಿನಿಮಾ ಅನ್ನೋದು ಒಂದು ತಂಡದ ಶ್ರಮ. ಒಂದು ಸಿನಿಮಾ ಅದ್ಭುತವಾಗಿ ಬರಲಿಕ್ಕೆ ಒಂದು ತಂಡದ ಶ್ರಮ ಇರುತ್ತದೆ.

ನಿಮ್ಮ ಸಿನಿಮಾಗೆ ಕ್ಯಾಮೆರಾ ಹೇಗೆ ಸೆಲೆಕ್ಟ್ ಮಾಡುವುದು?

ಒಂದು ಸಿನಿಮಾಗೆ ಕ್ಯಾಮೆರಾ ಆಯ್ಕೆ ಮಾಡಿಕೊಳ್ಳಲು ಮುಖ್ಯವಾಗಿ ಕೆಲವು ಅಂಶಗಳಿವೆ:

1. **ಬಜೆಟ್** –ನಿಮ್ಮ ಸಿನಿಮಾದ ಬಜೆಟ್ ಏನು, ಅದರಲ್ಲಿ ಕ್ಯಾಮೆರಾಗೆ ಎತ್ತಿಟ್ಟ ಬಜೆಟ್ ಎಷ್ಟು ಎಂದು ಮೊದಲು ತಿಳಿದುಕೊಳ್ಳಿ. ಪ್ರತಿ ಕ್ಯಾಮೆರಾಕ್ಕೂ ಅದರದೇ ಆದ ಬೆಲೆ (ಕೊಂಡುಕೊಳ್ಳಲು/ಬಾಡಿಗೆಗೆ) ಇರುತ್ತದೆ. ಬಜೆಟ್‌ಗೆ ತಕ್ಕನಾದ ಕ್ಯಾಮೆರಾ ಆಯ್ಕೆ ಮಾಡಿಕೊಳ್ಳಿ
2. **ಲೈಟಿಂಗ್** –ನಿಮ್ಮ ಸಿನಿಮಾದಲ್ಲಿ ಯಾವ ತರದ ಲೈಟಿಂಗ್ ಬಳಸುತ್ತೀರಿ ಎಂದು, ನಿಮ್ಮ ಸಿನಿಮಾಕ್ಕೆ ಬಜೆಟ್ ಇಲ್ಲ ಯಾವ ಆರ್ಟಿಫಿಶಿಯಲ್ ಲೈಟಿಂಗ್ ಬಳಸದೆ ನ್ಯಾಚುರಲ್ ಲೈಟಿಂಗ್ ಬಳಸುತ್ತೇವೆ ಎನ್ನುವುದಾದರೆ ಎಂಟ್ರಿಲೆವೆಲ್ ಕ್ಯಾಮೆರಾ, ಮಿರರ್‌ಲೆಸ್ ಕ್ಯಾಮೆರಾಗಳನ್ನು ಬಳಸಿ ಉದಾಹರಣೆಗೆ–ಸೋನಿ ಅಲ್ಫಾ, ಪ್ಯಾನಸೋನಿಕ್ ಜಿಎಚ್ ಸೀರೀಸ್ ಕ್ಯಾಮೆರಾಗಳು. ಅದೇ ನಿಮ್ಮ ಸಿನಿಮಾಕ್ಕೆ ಒಳ್ಳೆಯ ಬಜೆಟ್ ಇದ್ದು ಆರ್ಟಿಫಿಶಿಯಲ್ ಲೈಟಿಂಗ್ ಬಳಸುವ ಹಾಗಿದ್ರೆ ಸಿನಿಮಾ ಕ್ಯಾಮೆರಾಗಳಿಗೆ ಹೋಗಬಹುದು ಆ್ಯರ್ರಿ ಕ್ಯಾಮೆರಾ, ರೆಡ್ ಜೆಮಿನಿ ಕ್ಯಾಮೆರಾಗಳು.

3. **ಲುಕ್ ಆಫ್ ದಿ ಫಿಲಂ** –ಲುಕ್ ಆಫ್ ದಿ ಫಿಲಂ ಅಂದರೆ, ನಿಮ್ಮ ಸಿನಿಮಾ ತೆರೆ ಮೇಲೆ ಕಾಣುತ್ತದೆ, ಯಾವ ಕಲರ್ ಯಾವ ಟೆಕ್ಸ್ಚರ್‌ನಲ್ಲಿ ಇದೆ ಎಂದು, ಅದರ ಅರಿವು ಇರಬೇಕು. ಅದಕ್ಕೆ ಟೆಕ್ನಿಕಲ್ಲಿ ಸಿನಿಮಾ ಭಾಷೇಲಿ 'ಕಲರ್ ಟಿಂಟ್' ಅನ್ನುವರು. ಮೂರು ತರದ ಟಿಂಟ್ ಇವೆ. ಹಳದಿ, ಕೆಂಪು ಮತ್ತು ನೀಲಿ. ಉದಾಹರಣೆಗೆ ಸೋನಿ ಕ್ಯಾಮೆರಾಗಳಲ್ಲಿ ಹಳದಿ ಟಿಂಟ್, ಕ್ಯಾನನ್ ಕ್ಯಾಮೆರಾಗಳಲ್ಲಿ ಕೆಂಪು ಟಿಂಟ್, ಆ್ಯರ್ರಿ ಕ್ಯಾಮೆರಾಗಳಲ್ಲಿ ನೀಲಿ ಟಿಂಟ್ ಸಮೀಪ ಇರುತ್ತವೆ.

4. **ಸಮಯ ಮತ್ತು ಜಾಗ** –ನಿಮ್ಮಲ್ಲಿ ಶೂಟಿಂಗ್‌ಗೆ ತುಂಬಾ ಸಮಯವಿದ್ದು ಕ್ಯಾಮೆರಾ ಮತ್ತೆ ಅದರ ಉಪಕರಣಗಳಿಗೆ ಸಾಕಷ್ಟು ಜಾಗವಿದ್ದರೆ ಸಿನಿಮಾ ಕ್ಯಾಮೆರಾಗಳಿಗೆ ಹೋಗಬಹುದು. ಸಿನಿಮಾ ಕ್ಯಾಮೆರಾಗಳು ಗಾತ್ರದಲ್ಲಿ ದೊಡ್ಡವಿದ್ದು, ಅದಕ್ಕೆ ಲೈಟಿಂಗ್ ಕೂಡ ಬೇಕಾಗುತ್ತದೆ. ಜೊತೆಗೆ ಕ್ಯಾಮೆರಾ ಹ್ಯಾಂಡಲ್ ಮಾಡಲು ಜನರು ಬೇಕಾಗುತ್ತಾರೆ. ಹಾಗಾಗಿ ಸಮಯ ಮತ್ತು ಜಾಗ ಇದ್ರೆ ಮಾತ್ರ ಸಿನಿಮಾ ಕ್ಯಾಮೆರಾಗಳನ್ನು ಆಯ್ಕೆ ಮಾಡಿಕೊಳ್ಳಿ. ನಿಮಗೆ ಸಮಯ ಕಮ್ಮಿ ಇದ್ದು ನೀವು ತುಂಬಾ ಇಕ್ಕಟ್ಟಾದ ಜಾಗಗಳಲ್ಲಿ, ಹೊರಗಡೆ, ಸಂತೆ ಮಾರ್ಕೆಟ್ ಈ ತರದ ಪ್ರದೇಶಗಳಲ್ಲಿ ಬಳಸುವುದಾದರೆ ಸಣ್ಣ ಗಾತ್ರದ ಕ್ಯಾಮೆರಾಗಳನ್ನು ಬಳಸಿಕೊಳ್ಳಿ. ಉದಾಹಣೆಗೆ ಸೋನಿ ಎಫ್.ಎಕ್ಸ್. ಸೀರೀಸ್ ಕ್ಯಾಮೆರಾಗಳು, ಕ್ಯಾನನ್ ಸಿ–ಸೀರಿಸ್ ಕ್ಯಾಮೆರಾಗಳು

ಕೊನೆಯಾದಾಗಿ ನಿಮ್ಮ ಸಿನಿಮಾದಲ್ಲಿ ಏನಾದರೂ 'ಅಲ್ಟ್ರಾ ಮೋಶನ್ ದೃಶ್ಯಗಳಿದ್ದರೆ' ಅದಕ್ಕೆ ಹೈ ಫ್ರೇಮ್‌ರೇಟ್ ಇರುವ ಕ್ಯಾಮೆರಾಗಳನ್ನು ಬಳಸಿಕೊಳ್ಳಬೇಕಾಗುತ್ತದೆ. ಉದಾಹರಣೆಗೆ, ಇತ್ತೀಚೆಗೆ ಬಂದ 'ಕಾಂತಾರ' ಸಿನಿಮಾದಲ್ಲಿ 'ಕಂಬಳ'ದ ದೃಶ್ಯಕ್ಕೆ ರೆಡ್ ರಾಪ್ಟರ್ ಅನ್ನುವ ಕ್ಯಾಮೆರಾ ಬಳಸಿದ್ದರು. ಈ ತರದ ಕ್ಯಾಮೆರಾಗಳ ಬಾಡಿಗೆ ವಿಪರೀತ ಜಾಸ್ತಿ ಮತ್ತು ಅದಕ್ಕೆ ಸೂಕ್ತವಾದ ಲೈಟಿಂಗ್ ಮಾಡಬೇಕು.

ಶಾಟ್ಸ್ ಮತ್ತು ಕ್ಯಾಮೆರಾ ಆ್ಯಂಗಲ್ ಬಗ್ಗೆ ಒಂದಿಷ್ಟು

ಪ್ರತಿಯೊಂದು ಶಾಟ್‌ಗೂ ಅದರದೇ ಆದ ಮಹತ್ವವಿದೆ. ಕೆಲವು ವಿಷಯಗಳನ್ನ ಕೆಲವು ಭಾವಗಳನ್ನ ಅದಕ್ಕೆ ಸೂಕ್ತವಾದ ಶಾಟ್ ಮೂಲಕವೇ ಹೇಳಬೇಕು. ಒಂದು ಜಾಗವನ್ನು ಪರಿಚಯಿಸಬೇಕಾದರೆ ಎಕ್ಸ್ಟ್ರೀಮ್ ವೈಡ್ ಶಾಟ್ ಅಥವಾ ವೈಡ್ ಶಾಟ್ ಬಳಸಬೇಕು. ಒಬ್ಬ ವ್ಯಕ್ತಿಯ ಮಾತು ನಟನೆಗೆ

ಮಿಡ್ ಶಾಟ್ ಬಳಸಬೇಕು ಮಿಡ್ ಶಾಟ್ ಅಂದರೆ ಎದೆಭಾಗದಿಂದ ತಲೆಯವರೆಗೆ, ತುಂಬಾ ಮುಖ್ಯವಾದ ಸಂಗತಿಗಳನ್ನು, ಗಮನಿಸಲೇಬೇಕಾದ ಸಂಗತಿಗಳನ್ನ ಕ್ಲೋಸಪ್ ಶಾಟ್ ಮೂಲಕ ತೋರಿಸಬೇಕು. ಕೆಲವೊಮ್ಮೆ ಬರೀ ಕಣ್ಣು ಮೂಗು ಬಾಯಿ ಅಥವಾ ಯಾವುದೊ ವಸ್ತುವನ್ನು ತೋರಿಸಬೇಕಾದಾಗ ಮ್ಯಾಕ್ರೋ ಶಾಟ್ ಬಳಸಬೇಕಾಗುತ್ತದೆ. ಪ್ರತಿ ಶಾಟ್ ನಾವು ಬಳಸುವ ಲೆನ್ಸ್ ಮೇಲೆ ಅವಲಂಬಿತವಾಗಿರುತ್ತದೆ. ಶಾಟ್ಸ್ ಜೊತೆಗೆ ಕ್ಯಾಮೆರಾ ಆ್ಯಂಗಲ್ ಕೂಡ ಮುಖ್ಯವಾಗುತ್ತದೆ ಅಂದರೆ ನಿಮ್ಮ ಕ್ಯಾಮೆರಾ ಎಲ್ಲಿ ಪ್ಲೇಸ್ ಮಾಡ್ತಾ ಇದ್ದೀರಾ ಅಂತ, ಲೋ ಆ್ಯಂಗಲ್ ಶಾಟ್ ಅಂದ್ರೆ ತುಂಬಾ ಕೆಳಗೆ ಕ್ಯಾಮೆರಾ ಇರುತ್ತದೆ ಆಗ ಕ್ಯಾಮೆರಾ ಮುಂದಿರುವ ವ್ಯಕ್ತಿ ತುಂಬಾ ಎತ್ತರವಾಗಿ ಕಾಣುತ್ತಾನೆ. ನೀವು ಎಷ್ಟೋ ಸಿನಿಮಾಗಲ್ಲಿ ನೋಡಿರ್ತೀರ ಸಾಮಾನ್ಯವಾಗಿ ನಾಯಕರ ಬಿಲ್ಡಪ್ ಸೀನ್‌ಗಳಿಗೆ ಬಳಸುತ್ತಾರೆ. ವ್ಯಕ್ತಿಯನ್ನು ಶಕ್ತಿಶಾಲಿಯಾಗಿ ತೋರಿಸಬಹುದು ಈ ಆ್ಯಂಗಲ್ ಮೂಲಕ, ಇದಕ್ಕೆ ವಿರುದ್ದವಾದುದೇ ಹೈ ಆ್ಯಂಗಲ್ ಶಾಟ್. ಇಲ್ಲಿ ವ್ಯಕ್ತಿ ಕುಬ್ಜನಾಗಿ ಕಾಣುತ್ತಾನೆ. ತಾನು ಕುಸಿದಾಗ ಅಥವಾ ಭಯದಲ್ಲಿದ್ದಾಗ ಈ ಆ್ಯಂಗಲ್ ಅತ್ಯಂತ ಸೂಕ್ತ. ಇದಿಷ್ಟು ಅಲ್ಲದೆ ಇನ್ನು ಹಲವು ಬಗೆಯ ಆ್ಯಂಗಲ್‌ಗಳಿವೆ. ಅದು ನೀವು ಸಿನಿಮಾ ಮಾಡಲು ಶುರುವಾದಾಗ ಗೊತ್ತಾಗುತ್ತಾ ಹೋಗುತ್ತೆ.

ಡೇವಿಡ್ ಫಿಂಚರ್ ಒಂದು ಕಡೆ ಹೇಳ್ತಾರೆ:

> "Unless you eant to tell something important dont cut to a closeup."

ಬ್ಲಾಕಿಂಗ್

ಬ್ಲಾಕಿಂಗ್ ಅಂದರೆ ಫ್ರೇಮ್ ಒಳಗೆ ಪಾತ್ರಗಳು ಅಥವಾ ಕಲಾವಿದರ ಚಲನೆ ಬಂಧಿಸುವುದು, ರಿಸ್ಟ್ರಿಕ್ಟ್ ಮಾಡುವುದು. ಬರೀ ಕಲಾವಿದರ ಚಲನೆ ಅಷ್ಟೇ ಅಲ್ಲ ಕ್ಯಾಮೆರಾದ ಚಲನೆ ಕೂಡ. ನೀವು ಬ್ಲಾಕಿಂಗ್ ಚೆನ್ನಾಗಿ ಕಲಿತಷ್ಟು ನಿಮ್ಮ ದೃಶ್ಯಗಳು ಪ್ರೇಕ್ಷಕರನ್ನು ಹಿಡಿದಿಡುತ್ತವೆ. ಹಾಗಾದರೆ ಅದನ್ನು ಹೇಗೆ ಕಲಿಯುವುದು? ಒಳ್ಳೊಳ್ಳೆ ಚಿತ್ರಗಳನ್ನು ನೋಡಿ ಅಧ್ಯಯನ ಮಾಡಬೇಕು, ಒಂದೊಳ್ಳೆ ಉದಾಹರಣೆ ಅಂದರೆ ಹಿಚ್‌ಕಾಕ್ ನಿರ್ದೇಶನ ಮಾಡಿರೋ 'ನಾರ್ಥ್ ಬೈ ನಾರ್ಥ್ ವೆಸ್ಟ್' ಸಿನಿಮಾದಲ್ಲಿರೋ 'ಕ್ರಾಪ್ ಡಸ್ಟರ್' ಎನ್ನುವ ದೃಶ್ಯ ನೋಡಿ ಅದೆಷ್ಟು ಅದ್ಭುತವಾಗಿ ಬ್ಲಾಕ್ ಮಾಡಿದ್ದಾನೆ ಅಂದ್ರೆ ನೀವು ಅದರಲ್ಲೇ ಮುಳುಗಿಹೋಗುವಷ್ಟು. ಡೇವಿಡ್ ಫಿಂಚರ್‌ನ ಸಿನಿಮಾಗಳನ್ನು ನೋಡಿ. ಒಳ್ಳೆಯ ಚಿತ್ರಗಳು ಒಳ್ಳೆಯ ಬ್ಲಾಕಿಂಗ್ ಹೊಂದಿರುತ್ತವೆ.

ಲೆನ್ಸ್ ಬಗ್ಗೆ ಒಂದಿಷ್ಟು

ಆಗಲೇ ಹೇಳಿದಂತೆ ಪ್ರತಿ ಶಾಟ್ಸ್‌ಗೂ ಅದಕ್ಕೆ ಸೂಕ್ತವಾದ ರೀತಿಯಲ್ಲಿ ಲೆನ್ಸ್ ಬಳಸಬೇಕು. ಶಾಟ್ಸ್ ಅಂದರೆ ನಿಮ್ಮ ಕಣ್ಣಿಗೆ ಒಂದು ದೃಶ್ಯ ಎಷ್ಟು ಬೀಳುತ್ತಿದೆ ಅಂತ. ಅದಕ್ಕೆ ಇಂಗ್ಲಿಷ್‌ನಲ್ಲಿ ಆ್ಯಂಗಲ್ ಆ ದಿ ವ್ಯೂ, ಅಂದರೆ ಎಷ್ಟು ಕೋನದಲ್ಲಿ ಕಾಣಿಸುತ್ತಿದೆ ಎಂಬುದು. ಹಾಗಾಗಿ ಲೆನ್ಸ್ ಬಗ್ಗೆ ತಿಳಿದುಕೊಳ್ಳಲೇಬೇಕು.

ಲೆನ್ಸ್‌ಗಳಲ್ಲಿ ನಾಲ್ಕು ವಿಧ. ಎಷ್ಟು ಕೋನದಲ್ಲಿ ದೃಶ್ಯ ನಿಮ್ಮ ಕಣ್ಣಿಗೆ ಬೀಳುತ್ತದೆ ಮತ್ತು ಎಷ್ಟು ಫೋಕಲ್ ಲೆಂಥ್ ಎಂಬುದರ ಮೇಲೆ ನಿರ್ಧಾರವಾಗುತ್ತೆ. ಫೋಕಲ್ ಲೆಂಥ್ ಬಗ್ಗೆ ಅಷ್ಟಾಗಿ ತಲೆ ಕೆಡಿಸಿಕೊಳ್ಳಬೇಡಿ. ನಿಮ್ಮ ಲೆನ್ಸ್ ಮೇಲೆ ನಮೂದಿಸಿರುತ್ತಾರೆ 'f–mm' ಎಂದು. ಇದಕ್ಕೊಂದು ಸಿಂಪಲ್ ಸೂತ್ರ ಇದೆ. ಅದನ್ನು ನೆನಪಿಟ್ಟುಕೊಳ್ಳಿ. ಫೋಕಲ್ ಲೆಂಥ್ ಕಮ್ಮಿ ಇದ್ದಷ್ಟು ಆ್ಯಂಗಲ್ ಆಫ್ ದಿ ವ್ಯೂ ಜಾಸ್ತಿ ಇರುತ್ತೆ, ನೀವು ಒಂದು ಸಮುದ್ರವನ್ನು ಸೆರೆ ಹಿಡಿಯುವುದಾದರೆ ಅದಕ್ಕೆ ಆ್ಯಂಗಲ್ ಆಫ್ ದಿ ವ್ಯೂ ಜಾಸ್ತಿ ಇರುತ್ತೆ ಅಂದ್ಮೇಲೆ ಫೋಕಲ್ ಲೆಂಥ್ ಕಮ್ಮಿ ಇರುತ್ತದೆ. ಫೋಕಲ್ ಲೆಂಥ್ ಅನ್ನು ಮಿಲಿಮೀಟರುಗಳಲ್ಲಿ (mm) ಮತ್ತು ಆ್ಯಂಗಲ್ ಆಫ್ ದಿ ವೀವ್ ಅನ್ನು (°) ಡಿಗ್ರಿಗಳಲ್ಲಿ ನಮೂದಿಸ್ತಾರೆ.

ನಾಲ್ಕು ಬಗೆಯ ಲೆನ್ಸ್‌ಗಳು:

1. ವೈಡ್ ಆ್ಯಂಗಲ್ ಲೆನ್ಸ್ –62°-180°/8-35mm
2. ಸ್ಟ್ಯಾಂಡರ್ಡ್ ಲೆನ್ಸ್ –28°-62°/35-85mm
3. ಟೆಲಿಫೋಟೋ ಲೆನ್ಸ್ –12°-28°/85-135mm
4. ಸೂಪರ್ ಟೆಲಿಫೋಟೋ ಲೆನ್ಸ್ –1°-12°/200-800mm

ಫೋಕಲ್ ಲೆಂಥ್ ಫಿಕ್ಸ್ ಆಗಿದ್ದರೆ ಅದನ್ನು 'ಪ್ರೈಮ್ ಲೆನ್ಸ್' ಅನ್ನುವರು, ಅದನ್ನು ಬದಲಾಯಿಸಬಹುದಾಗಿದ್ದರೆ ಅದನ್ನು 'ವೇರಿಯಬಲ್ ಲೆನ್ಸ್' ಅನ್ನುವರು. ಜೂಮ್ ಲೆನ್ಸ್ ಇದಕ್ಕೆ ಒಳ್ಳೆಯ ಉದಾಹರಣೆ.

ಲೈಟಿಂಗ್ ಬಗ್ಗೆ ಒಂದಿಷ್ಟು

ಸಿನೆಮ್ಯಾಟೋಗ್ರಫಿ ಎಂದರೇನೇ ಬೆಳಕಿನ ಮೂಲಕ ನಿಮಗೆ ಬೇಕಾದನ್ನು ಸೆರೆಹಿಡಿಯುವುದು. ಆ ಬೆಳಕು ಸೂರ್ಯನ ಬೆಳಕಾಗಿದ್ದರೆ ಅದನ್ನ ನ್ಯಾಚುರಲ್ ಲೈಟಿಂಗ್ ಅನ್ನುವರು. ನ್ಯಾಚುರಲ್ ಲೈಟ್ ಅಲ್ಲದೆ ಬೇರೆ ಬಗೆಯ ಲೈಟಿಂಗ್ ಇದೆ; ಅದನ್ನು ನೋಡೋಣ.

1. **3–ಪಾಯಿಂಟ್ ಲೈಟಿಂಗ್** –ಇಲ್ಲಿ ಮೂರು ಲೈಟಿಂಗ್ ಬಳಸುತ್ತಾರೆ. ಮೊದಲನೆಯದು ಕೀ–ಲೈಟ್. ಇದು ಮುಖ್ಯವಾದ ಲೈಟ್. ಇದು ನಿಮ್ಮ ಪಾತ್ರ ಅಥವಾ ವಸ್ತು ಮೇಲೆ ಬೆಳಕು ಚೆಲ್ಲುವುದು. ಇದಕ್ಕೆ ವಿರುದ್ಧವಾಗಿ ಇನ್ನೊಂದು ಲೈಟ್ ಬಳಸುತ್ತಾರೆ. ಅದನ್ನು ಫಿಲ್–ಲೈಟ್ ಅನ್ನುತ್ತಾರೆ. ಫಿಲ್ ಲೈಟನ್ನ ಕೀ ಲೈಟಿಂದ ಉಂಟಾದ ನೆರಳನ್ನ ಮರೆಮಾಚಲು ಬಳಸುತ್ತಾರೆ. ಇನ್ನೊಂದು ಲೈಟ್ ಬ್ಯಾಕ್ ಲೈಟ್. ನಿಮ್ಮ ಪಾತ್ರ ಅಥವಾ ವಸ್ತುವನ್ನ ಬ್ಯಾಕ್‌ಗ್ರೌಂಡ್ ಇಂದ ಪ್ರತ್ಯೇಕಿಸಲು ಬಳಸುತ್ತಾರೆ. ಇದು ತುಂಬಾ ಜನಪ್ರಿಯವಾದ ಲೈಟಿಂಗ್.
2. **ಪ್ರಾಕ್ಟಿಕಲ್ ಲೈಟ್** –ನೀವು ಬಳಸುವ ಲೈಟ್ ನಿಮ್ಮ ಫ್ರೇಮ್‌ನಲ್ಲಿ ಕಾಣಿಸುತ್ತಿದ್ದರೆ ಅದು ಪ್ರಾಕ್ಟಿಕಲ್ ಲೈಟ್ ಉದಾಹರಣೆ ಫ್ರೇಮ್‌ನಲ್ಲಿ ಬರುವ ಲ್ಯಾಂಪ್, ಕ್ಯಾಂಡಲ್ ಇತ್ಯಾದಿ.
3. **ಮೋಟಿವೇಟೆಡ್ ಲೈಟ್** –ಒಂದು ರೂಮ್ ಇದೆ ಅಂದುಕೊಳ್ಳಿ. ಅದಕ್ಕೊಂದು ಕಿಟಕಿ. ಕಿಟಕಿಯಿಂದ ಬೆಳಕು ಬರ್ತಿದೆ. ಆದರೆ ಅದು ಸಾಲದಾದಾಗ ಕಿಟಕಿಯಿಂದ ಬರುವ ಬೆಳಕನ್ನು ನೀವು ಕೃತಕವಾಗಿ ಸೃಷ್ಟಿಸಿದರೆ ಅದನ್ನು ಮೋಟಿವೇಟೆಡ್ ಲೈಟಿಂಗ್ ಅನ್ನುತ್ತಾರೆ.

ಸಿನಿಮ್ಯಾಟೋಗ್ರಾಫರ್ ಎದುರಿಸುವ ಸವಾಲುಗಳು?

ಕೈಕೊಡುವ ವಾತಾವರಣ, ಮಳೆ ಇಂತಹ ಸಂಧರ್ಭಗಳಲ್ಲಿ ನಿಮ್ಮ ಕ್ಯಾಮೆರಾವನ್ನು ಕಾಪಾಡಿಕೊಳ್ಳಿ. ಪರ್ಯಾಯವಾಗಿ ಶೂಟಿಂಗ್ ಹೇಗೆ ಮಾಡಬಹುದು ಚರ್ಚಿಸಿ, ಕೆಲವೊಮ್ಮೆ ಕಲಾವಿದರಿಗೆ ಅಭಿನಯಿಸಲು ಅಸಾಧ್ಯವಾದಾಗ ಬೇರೆ ಆ್ಯಂಗಲ್ ನಿಂದ ಶೂಟ್ ಮಾಡಲು ಪ್ರಯತ್ನಿಸಿ ಸಮಯ ಉಳಿಸಿ. ಸಿನಿಮಾ ಎನ್ನೋದು ನಿರ್ದೇಶಕನ ಮಾಧ್ಯಮ. ಹಾಗಾಗಿ ಏನೇ ಭಿನ್ನಾಭಿಪ್ರಾಯ ಬಂದರೂ ನಿಮ್ಮ ನಿರ್ದೇಶಕನಿಗೆ ನೀವು ನಿಮ್ಮ ಈಗೋ ಬಿಟ್ಟು ನಿರ್ದೇಶಕನಿಗೆ ಶರಣಾಗಿ. ಯಾಕೆಂದರೆ ಸಿನಿಮಾ ಸೋತಾಗ ಮೊದಲು ಉತ್ತರಿಸಬೇಕಾದವನು ಅವನೇ.

ಮರೆಯಲಾಗದ ಅನುಭವಗಳು

ಒಂದು ಸಲ ಲೈಟ್ ಅನ್ನು ಕಟ್ ಮಾಡಲು 'ಡಿಫ್ಯೂಸರ್' ನಾವು ಮರೆತು ಹೋಗಿದ್ವಿ. ಆ ದೃಶ್ಯ ಮಾಡಬೇಕಾದ ಲೈಟ್ ಕಟ್ ಮಾಡಲೇಬೇಕಿತ್ತು. ಆಗ ಹೇಗೆ ಮಾಡೋದು ಎಂದು ಯೋಚಿಸುವಾಗ ಕಣ್ಣಿಗೆ ಬಿದ್ದಿದ್ದೆ 'ಪಂಚೆ'. ಸೆಟ್‌ನಲ್ಲಿ ಒಬ್ಬರ ಪಂಚೆಯನ್ನ ಬಿಚ್ಚಿ ಅದನ್ನೇ ಲೈಟ್ ಡಿಫ್ಯೂಸರ್ ಆಗಿ

ಬಳಸಿದ್ದು. ಇನ್ನೊಂದು ಘಟನೆ; ಜೋರು ಮಳೆ ಬರುತ್ತಿತ್ತು. ಕ್ಯಾಮೆರಾವನ್ನ ಮಳೆಯಿಂದ ಮುಚ್ಚಲು ಯಾವ ಐಟಂ ಸಿಗದೇ ಇದ್ದಾಗ ಅಲ್ಲೇ ಸಮೀಪದ ಅಂಗಡಿಯಲ್ಲಿದ್ದ ಗೋಣಿಚೀಲದಿಂದ ಕ್ಯಾಮೆರಾವನ್ನ ಮುಚ್ಚಿದ್ವಿ. ನೆನಪಿಸಿಕೊಂಡರೆ ಇನ್ನೂ ಎಷ್ಟೋ ಬಗೆಯ ಹಾಸ್ಯಾಸ್ಪದ ಮತ್ತೆ ಅಷ್ಟೇ ಗಂಭೀರವಾದ ನೆನಪುಗಳು ಸಿಗುತ್ತೆ. ಈ ಕ್ಷಣಕ್ಕೆ ಇವೆರಡು ನೆನಪುಗಳು ಸಿಕ್ಕಿದ್ದು; ಹಾಗಾಗಿ ಹಂಚಿಕೊಂಡೆ.

ಪೋಸ್ಟ್ ಪ್ರೊಡಕ್ಷನ್

POST PRODUCTION

(Postproduction is the editing of audio and visual materials to create a film. An editor assembles footage shot by shot, adds music [either original or licensed], and incorporates other visual and sound effects)

"ಶೂಟಿಂಗ್ ನಂತರ"

ಎಡಿಟಿಂಗ್/ಸಂಕಲನ

> "Editing is the only unique aspect of filmmaking which does not resemble any other art form—a point so important it cannot be overstressed. It can make or break a film."
>
> **—Stanley Kubrick**

"ಸಿನಿಮಾ ಅನ್ನೋದು ಎರಡು ಕಡೆ ಸಿದ್ದ ಆಗುತ್ತದೆ. ಒಂದು ಶೂಟಿಂಗ್ ವೇಳೆ, ಇನ್ನೊಂದು ಎಡಿಟಿಂಗ್ ಟೇಬಲ್ ಮೇಲೆ" ಅನ್ನೋದು ತುಂಬಾ ಜನಪ್ರಿಯವಾದ ಮಾತು. ಅದು ನಿಜವೂ ಕೂಡ. ನಿಮಗೊಂದು ಕಥೆ ಹೊಳೆದು ಅದಕ್ಕೊಂದು ಚಿತ್ರಕಥೆ ಬರೆದು ಅದಕ್ಕೆ ತಕ್ಕನಾಗಿಯೋ ಇಲ್ಲ ಹೇಗೋ ಒಂದು ಪಾತ್ರವರ್ಗ ಹೊಂದಿಸಿ ಶೂಟ್ ಕೂಡ ಮಾಡಿಬಿಡುತ್ತೀರಿ. ಆದರೆ ನೀವು ಎಷ್ಟರಮಟ್ಟಿಗೆ ಮಾಡಿದ್ದೀರಾ ಅನ್ನುವ ಬಂಡವಾಳ ಗೊತ್ತಾಗುವುದು ಎಡಿಟಿಂಗ್ ಟೇಬಲ್ ಮೇಲೆ ಬಂದಾಗಲೇ.

ಎಡಿಟಿಂಗ್ ಅಂದರೆ ನೀವು ಶೂಟ್ ಮಾಡಿದ ಫೂಟೇಜ್ ಇಟ್ಟುಕೊಂಡು ನೀವು ಅಂದುಕೊಂಡಂತೆ ಕಥೆ ಕಟ್ಟುತ್ತಾ ಹೋಗೋದು. ಎಡಿಟಿಂಗ್ ಟೇಬಲ್ ಹೋಗುವ ಮುನ್ನ ನೀವು ಮಾಡಿಕೊಳ್ಳಬೇಕಾದ ಕೆಲಸವೆಂದರೆ ನಿಮ್ಮ ಚಿತ್ರಕಥೆಯ ಒಂದು ಕಾಪಿ ಹಿಡಿದುಕೊಂಡು ಕ್ರಮಬದ್ಧವಾಗಿ ದೃಶ್ಯಗಳಿಗೆ ಅನುಸಾರವಾಗಿ ಫೂಟೇಜುಗಳಿಗೆ, ಪ್ರತಿ ಶಾಟ್‌ಗೆ ಅದರ ನಂಬರ್, ಅದು ಮಾಸ್ಟರ್ ಶಾಟ್ ಅಥವಾ ಬೇರೆ ಶಾಟ್ ಹೀಗೆ ಪ್ರತಿ ಒಂದನ್ನು ರಿನೇಮ್ ಮಾಡಿಟ್ಟುಕೊಳ್ಳಿ. ಇನ್ನು ತುಂಬಾ ಮುಖ್ಯವಾದವುದೆಂದರೆ ನಾಟ್ ಗುಡ್ (NG) ಶಾಟ್ ಕೂಡ ಒಂದು ಬೇರೆ ಫೋಲ್ಡರ್‌ನಲ್ಲಿ ಇಟ್ಟುಕೊಳ್ಳಿ. ಅದು ಎಷ್ಟೋ ಸಮಯದಲ್ಲಿ ಉಪಯೋಗಕ್ಕೆ ಬರುತ್ತದೆ.

ಎಡಿಟಿಂಗ್ ಮಾಡೋದಕ್ಕೆ ಕನಿಷ್ಠ ಜ್ಞಾನ ಇರಲೇಬೇಕು. ನೀವೇ ಮಾಡುವಿರಿ ಅನ್ನುವ ಹಾಗಿದ್ದರೆ ಬೇಸಿಕ್ ತಿಳಿದುಕೊಳ್ಳಿ. ಹೆಚ್ಚು ಕಮ್ಮಿ ಎಲ್ಲ ಎಡಿಟಿಂಗ್ ಸಾಫ್ಟ್‌ವೇರ್‌ಗಳು ಒಂದೇ ತರ. ಕೆಲವೇ ಕೆಲವು ಬದಲಾವಣೆ ಇರುತ್ತದೆ. ಅದಕ್ಕೆ ನೀವು ಒಂದು ಯಾವುದಾದರೂ ಸಾಫ್ಟ್‌ವೇರ್ ಕಲಿತರೆ ಸಾಕು. ಕಟ್ ಮಾಡೋದು, ಟ್ರಿಮ್ ಮಾಡೋದು, ಟ್ರಾನ್ಸಿಶನ್ ಕೊಡೋದು, ಗ್ರೇಡಿಂಗ್, ಆಡಿಯೋ ಬಿಟ್ ಕೂರಿಸೋದು ಇಷ್ಟಾದರೂ ನಿಮಗೆ ಗೊತ್ತಿರಲೇಬೇಕು. ಈಗ ನೀವು ಮೊಬೈಲ್‌ನಲ್ಲೇ ಐ–ಮೂವಿ, ಇನ್–ಶಾಟ್

ಅಂತ ಆ್ಯಪ್ ಬಳಸಿಕೊಂಡು ಮಾಡಬಹುದು. ನೀವೇನಾದರೂ ಫೋನಿನಲ್ಲಿ ಶೂಟ್ ಮಾಡಿದ್ರೆ ಫೋನಿನಲ್ಲೇ ಎಡಿಟ್ ಮಾಡಿಕೊಳ್ಳಿ. ಅದು ಬೆಸ್ಟ್.

ಸಾಮಾನ್ಯವಾಗಿ ಎಡಿಟಿಂಗ್ ನಾಲ್ಕು ಐದು ಹಂತಗಳಲ್ಲಿ ನಡೆಯುತ್ತದೆ. ಮೊದಲು ನೀವು ಕಥೆ ಹೇಳುತ್ತಾ ಹೋದಂತೆ ಅದಕ್ಕೆ ಪೂರಕವಾದ ಬೇಕಾಗುವ ಬೇಡವಾದ ಒಂದಷ್ಟು ಶಾಟ್ ಇಟ್ಟುಕೊಂಡು ಒಂದು ರಫ್‌ಕಟ್ ಮಾಡ್ತಾರೆ. ನಾವು ಹೇಗೆ ಸ್ಕ್ರಿಪ್ಟ್‌ನಲ್ಲಿ ಫಸ್ಟ್ ಡ್ರಾಫ್ಟ್ ಅಂತೀವೋ ಆ ತರದ್ದು. ಒಟ್ಟಾರೆ ಕಥೆ ಏನು, ಹೇಗೆ ಹೋಗುತ್ತದೆ, ಶೂಟಿಂಗ್ ಕ್ಲಿಪ್ ಹೇಗೆ ಬಂದಿದೆ ಎಂದು ನೋಡಲು ಇದು ಬಳಕೆಯಾಗುತ್ತದೆ. ಇದೆ ರಫ್ ಎಡಿಟನ್ನು ನಿಮಗೆ ಕೊಡುತ್ತಾರೆ. ಅದನ್ನು ಇಟ್ಟುಕೊಂಡು ಬೀಟಿಗೆ ತಕ್ಕನಾಗಿ ಮ್ಯೂಸಿಕ್ ಮಾಡಿಸಿಕೊಂಡು ಅದರ ಒಂದು ಆಡಿಯೋ ಫೈಲ್ ಇಟ್ಟುಕೊಳ್ಳಬೇಕು. ಅದೇ ಡ್ರಾಫ್ಟ್ ಇಟ್ಟುಕೊಂಡು ಡಬ್ಬಿಂಗ್ ಕೂಡ ಮುಗಿಸಬಹುದು.

ರಫ್‌ಕಟ್ ಇಟ್ಟುಕೊಂಡು ಅದನ್ನ ಸಿನಿಮ್ಯಾಟಿಕ್ ಆಗಿ ಒಂದು ಫೇಸ್‌ನಲ್ಲಿ ನಿಮ್ಮ ಕಥೆಯ ಜಾನರ್‌ಗೆ ತಕ್ಕಂತೆ ಮತ್ತೆ ಕ್ರಿಸ್ಪಿ ಆಗಿ ಮತ್ತೆ ಕಟ್ ಮಾಡುತ್ತಾರೆ. ಇದು ಹೆಚ್ಚು ಕಮ್ಮಿ ಫೈನಲ್ ಪ್ರಾಡಕ್ಟ್ ಅಂದುಕೊಳ್ಳಿ. ತುಂಬಾ ಲ್ಯಾಗ್ ಅನಿಸಿಕೊಳ್ಳುವ ಕ್ಲಿಪ್‌ನ ಕತ್ತರಿಸಿ, ಅಭಿನಯ ಚೆನ್ನಾಗಿ ಬರದೇ ಇರೋ ಕ್ಲಿಪ್ ಬೇರೆ ಏನೋ ಕ್ಲಿಪ್ ಆಗಿ ಸರಿದೂಗಿಸಿ, ಒಟ್ಟಾರೆ ನಿಮ್ಮ ಚಿತ್ರವನ್ನು ನೋಡುವ ಲೆವೆಲ್‌ಗೆ ಕಟ್ ಮಾಡುತ್ತಾರೆ.

ಒಂದು ಸಲ ಕಟ್ ಆದ ಮೇಲೆ ನೀವು ಮಾಡಿಸಿಕೊಂಡ ಮ್ಯೂಸಿಕ್ ಫೈಲ್ ಹಾಗೂ ಡಬ್ಬಿಂಗ್ ಫೈಲ್ ಕೂರಿಸಿ ಕೊನೆಗೆ ಎಲ್ಲೆಲ್ಲಿ ಬೇಕು ಅಲ್ಲಲ್ಲಿ ಕಟ್ ಮಾಡಿ ಒಂದು ಚೆಂದದ ಫೈನಲ್ ಔಟ್‌ಪುಟ್ ಮಾಡಿಕೊಡುತ್ತಾರೆ. ಇದು ಸಾಮಾನ್ಯವಾಗಿ ಎಡಿಟಿಂಗ್ ಮಾಡೋ ರೀತಿ.

ಈಗ ಇವನ್ನೆಲ್ಲ ನೀವೇ ಮಾಡುವ ಹಾಗಿದ್ದರೆ, ಮೊದಲು ನಿಮ್ಮ ಮೊಬೈಲ್‌ನಲ್ಲಿ ಬೇಸಿಕ್ ಎಡಿಟಿಂಗ್ ಆ್ಯಪ್ ಹಾಕಿಕೊಂಡು ನಿಮ್ಮ ಹತ್ತಿರ ಇರುವ ವಿಡಿಯೊಗಳನ್ನೇ ಕಟ್ ಮಾಡುವ ಟ್ರಿಮ್ ಮಾಡುವ ಫಾಸ್ಟ್ ಸ್ಲೋ ಮಾಡುವ ಟ್ರಾನ್ಸಿಷನ್ ಹಾಕುವುದನ್ನು ಕಲಿತುಕೊಳ್ಳಿ, ಒಂದು ಸಲ ಅದು ಕಲಿತ ಮೇಲೆ ನೀವೇ ಒಂದಷ್ಟು ವೀಡಿಯೊ ಅದರ ಮೂಲಕ ಕಥೆ ಕಟ್ಟುವುದು ಕಲಿತುಕೊಳ್ಳಿ. ಆನಂತರ ನೀವು ಶೂಟಿಂಗ್ ಮಾಡಿದ ಫೂಟೇಜ್ ಇಟ್ಟುಕೊಂಡು ನೀವು ಎಡಿಟ್ ಮಾಡಬಹುದು. ನೀವು ಮೊಬೈಲ್‌ನಲ್ಲಿ ಬೇಸಿಕ್ ಕಲಿತರೆ ಡೆಸ್ಕ್‌ಟಾಪಲ್ಲಿ ಬಳಸುವ ಸಾಫ್ಟ್‌ವೇರ್ ಆರಾಮಾಗಿ ಕಲಿಯಬಹುದು.

ಇನ್ನೂ ಒಳ್ಳೆ ಟಿಪ್ಸ್ ಅಂದರೆ ಯಾವುದಾದರೂ ಒಂದು ಸಿನಿಮಾ ಡೌನ್‌ಲೋಡ್ ಮಾಡಿಕೊಂಡು ಅದನ್ನು ಹತ್ತು ಹದಿನೈದು ನಿಮಿಷದ ಕಿರುಚಿತ್ರ ಮಾಡಬಹುದಾ ಟ್ರೈ ಮಾಡಿ. ದೊಡ್ಡ ಸಿನಿಮಾದ ಕಥೆ ದಾಟಿಸೋ ರೀತಿ

ಬೇಡವಾದ ಸೀನು ಹಾಡು ಎಲ್ಲ ತೆಗೆದುಹಾಕಿ, ಈ ರೀತಿ ಪ್ರಾಕ್ಟೀಸ್ ಮಾಡಿದರೆ ನಿಮಗೆ ಎಡಿಟಿಂಗ್ ಅಂದರೆ ಏನೆಂದು ಅದರ ಮೇಲೆ ಹಿಡಿತ ಸಿಗುತ್ತೆ.

ಡೆಸ್ಕ್‌ಟಾಪ್ ಸಾಫ್ಟ್‌ವೇರ್‌ಗಳೆಂದರೆ ಅಡೋಬ್ ಪ್ರೀಮಿಯರ್ ಪ್ರೊ, ಸೋನಿ ಅವರ ವೇಗಾಸ್, ಮ್ಯಾಕ್ ಬುಕ್ ಬಳಕೆದಾರರಾದರೆ ಫೈನಲ್ ಕಟ್ ಪ್ರೊ, ಡಾವಿನ್ಸಿ ಹೀಗೆ ಎಷ್ಟೊಂದು ಸಾಫ್ಟ್‌ವೇರ್ ಇವೆ. ಒಂದನ್ನು ಕಲಿತರೆ ಮತ್ತೊಂದು ಕಲಿಯೋದು ಈಸಿ. ಆದರೆ ನೀವು ಒಂದೇ ಸಾಫ್ಟ್‌ವೇರ್ ಕಲಿತು ಅದರಲ್ಲೇ ಪ್ರಾಕ್ಟೀಸ್ ಮಾಡಿದರೆ ಒಳ್ಳೆಯದು.

ಮಾಸ್ಟರ್ ಕ್ಲಾಸ್–ಸಂಕಲನ–ಎಡಿಟಿಂಗ್

–ಸಾತ್ವಿಕ್ ಸಿದ್ದಯ್ಯ
(satwiksid@gmail.com)

**ಇರುವುದೆಲ್ಲವ ಬಿಟ್ಟು ಇರದುದರೆಡೆಗೆ ತುಡಿಯುವುದೇ ಜೀವನ ।
ಇರುವ ಫೂಟೇಜ್ ಬಿಟ್ಟು ಇರದ ಫೂಟೇಜ್ ಹುಡುಕುವುದೇ ಸಂಕಲನ ॥**

ಒಂದು ಶಾರ್ಟ್ ಫಿಲ್ಮನ್ನು ಚಿತ್ರೀಕರಿಸಿದ ಮೇಲೆ ಅದನ್ನು ಕಥೆಗೆ ಪೂರಕವಾಗಿ ಸಂಗೀತಕ್ಕೆ ಅದರದೇ ಜಾಗ ಕೊಟ್ಟು ಜೋಡಿಸುವುದೇ ಸಂಕಲನ. ಕಥೆ ಬರೆದ ಹಾಗೇ ಹೇಳಬೇಕು. ಹೇಳಿದ್ದನ್ನೇ ಚಿತ್ರೀಕರಿಸಿರಬೇಕು. ಚಿತ್ರಿಸಿದ್ದನ್ನು ಕತ್ತರಿಸಿ ಇನ್ನೂ ಚೆನ್ನಾಗಿ ಜನರಿಗೆ ತೋರಿಸಿದರೆ ಕಂಪ್ಲೀಟ್ನೆಸ್.

ಎಡಿಟಿಂಗ್/ಸಂಕಲನಕ್ಕೆ ಪರಿಗಣಿಸಬೇಕಾದ ಅಂಶಗಳು:

1. ಎಡಿಟಿಂಗ್ ಸಾಫ್ಟ್‌ವೇರ್
2 ಚಿತ್ರೀಕರಿಸಿದ ಫೂಟೇಜನ್ನು ಟೈಮ್ಲೈನಿಗೆ ಪ್ರಿಪೇರ್ ಮಾಡುವುದು
3. ಎಫೆಕ್ಟ್ಸ್–ಟ್ರಾನ್ಸಿಶನ್ಸ್
4. ಫೈನಲ್ ರೆಂಡರ್

1. ಎಡಿಟಿಂಗ್ ಸಾಫ್ಟ್‌ವೇರ್

ಯಾವ ಸಾಫ್ಟ್‌ವೇರ್ ಆಯ್ದುಕೊಳ್ಳುತ್ತೀವಿ ಎಂಬುದು ಸಂಕಲನದ ಮೊಟ್ಟಮೊದಲ ಅತೀ ಮುಖ್ಯವಾದ ವಿಷಯ. ಅವರವರ ಕಂಫರ್ಟ್ ಮತ್ತು ಕಂಪ್ಯೂಟರ್ ಸ್ಪೆಸಿಫಿಕೇಶನ್ ಅನುಗುಣವಾಗಿ ಮಾರುಕಟ್ಟೆಯಲ್ಲಿ ಲಭ್ಯವಿರುವ ಸಾಫ್ಟ್‌ವೇರ್ ಆರಿಸಿಕೊಳ್ಳಬೇಕು. ಕೆಳಗಿನ ಅಂಶಗಳನ್ನು ಪರಿಗಣಿಸಿ ನಿಮಗನುಕೂಲವಾಗುವ ಸಾಫ್ಟ್‌ವೇರ್ ಆರಿಸಿಕೊಳ್ಳಿ

- ಸುಲಭತೆ ಮತ್ತು ಬೇಸಿಕ್ ಫೀಚರ್ಸ್
- ಟೈಮ್ಲೈನ್ ಮತ್ತು ಸಾಫ್ಟ್‌ವೇರ್ ಇಂಟರ್ಫೇಸ್
- ಶಾರ್ಟ್ ಕಟ್ಸ್ (ಸುಲಭವಾಗಿ ಕ್ಲಿಷ್ಟಕರ ವೀಡಿಯೋ ಕಟ್ಸ್)
- ಬೆಲೆ (ಉಚಿತ/ಮೊತ್ತ)
- ಸಿಸ್ಟಮ್ ಹೊಂದಾಣಿಕೆ
- ರೆಂಡರ್ ಆಪ್ಷನ್ಸ್

ಸಂಕಲನಕಾರನಿಗೆ ಕನಿಷ್ಠ ಜ್ಞಾನವಿದ್ದರೆ ಆಫ್ಟರ್ ಎಫೆಕ್ಟ್ಸ್, ಅಡೋಬಿ ಪ್ರೀಮಿಯರ್ ಪ್ರೊ, ಅವಿಡ್, ಫೈನಲ್ ಕಟ್ ಪ್ರೊ. ಡಾವಿನ್ಸಿ ರಿಸಾಲ್ವ್ ಮುಂತಾದ ಸಾಫ್ಟ್‌ವೇರ್ ಆರಿಸಿಕೊಳ್ಳಬಹುದು. ಇಲ್ಲವಾದರೆ ಆನ್ಲೈನ್ ಎಡಿಟಿಂಗ್ ಪೇಜ್ ಆನ್ಲೈನ್ ವಿಡಿಯೊ ಎಡಿಟರ್ಸ್ ಉಪಯೋಗಿಸಬಹುದು.

ಅದೂ ಕಷ್ಟವಾದಲ್ಲಿ ಮೊಬೈಲಿನಲ್ಲೇ ಆ್ಯಪ್‌ಗಳು ಲಭ್ಯ. ಅಡೋಬಿ ಪ್ರಿಮಿಯರ್ ರಶ್, ಲುಮ ಫ್ಯುಶನ್ (ಆಪ್ಪಲ್) ಕಿನೆಮಾಸ್ಟರ್, ಐ ಮೂವಿ, ಇನ್ ಶಾಟ್ ಹೀಗೆ ಮುಂತಾದ ಆ್ಯಪ್‌ಗಳು ಉಚಿತವಾಗಿಯೇ ಲಭ್ಯ.

ಆನ್ಲೈನ್ ಆ್ಯಪುಗಳಿಗಿಂತ ಸಾಫ್ಟ್‌ವೇರ್ ಬಳಸುವುದು ಸುಲಭ ಮತ್ತು ಸಣ್ಣಪುಟ್ಟ ತಪ್ಪುಗಳನ್ನು ತಿದ್ದಲು ಸುಲಭ. ಒಳ್ಳೆಯ ಕಾನ್ಫಿಗರೇಶನ್ನಿನ ಲ್ಯಾಪ್‌ಟಾಪ್/ಡೆಸ್ಕ್‌ಟಾಪ್ ಇದ್ದರೆ ಕೆಲಸ ನಿರಾಳ.

2. ಚಿತ್ರೀಕರಿಸಿದ ಫೂಟೇಜನ್ನು ಟೈಮ್‌ಲೈನ್‌ಗೆ ಪ್ರಿಪೇರ್ ಮಾಡುವುದು

ಒಂದು ಕಥೆಯನ್ನು ಹಲವಾರು ಶಾಟುಗಳಿಂದ ಜೋಡಿಸಿ ಕತ್ತರಿಸಿ ವಿಡಿಯೋ ಮುಖಾಂತರ ಜನರಿಗೆ ತಲುಪಿಸುವುದೇ ಯಾವುದೇ ಫಿಲಮ್ಮಿನ ಉದ್ದೇಶ. ಒಂದೇ ಸೀನನ್ನು ಹತ್ತು ಶಾಟುಗಳನ್ನಾಗಿ ವಿಭಜಿಸಿ ಅದನ್ನು ತಮಗನುಗುಣವಾಗಿ ಚಿತ್ರಿಸಿ ಅದರಲ್ಲಿ ಬೆಸ್ಟನ್ನು ಆರಿಸಿ ಕೊನೆಗೆ ತಿದ್ದಿ ತೀಡಿ ಅಂಟಿಸುವ ಕ್ರಿಯೆ ಈ ಸಂಕಲನ. ಒಂದು ಕಥೆಗೆ 10 ಸೀನಿದ್ದರೆ ಒಂದೊಂದು ಸೀನಿನಲ್ಲಿ ಹತ್ತು ಶಾಟುಗಳಿದ್ದರೆ, ಅದನ್ನೆಲ್ಲ ಕ್ರಮಬದ್ಧವಾಗಿ ಜೋಡಿಸಿ ಟೈಮ್‌ಲೈನಿಗೆ ಕೂರಿಸಿ ತದನಂತರ ತೆಗೆದಿದ್ದೆಲ್ಲ ಶಾಟುಗಳು ಕಥೆಗೆ ಬೇಕೆ ಬೇಡವೆ, ಬೇಡದಿದ್ದರೆ ಅದನ್ನು ಡಿಲೀಟಿಸಿ ಕಥೆ ಹೇಳುವಲ್ಲಿ ಯಶಸ್ವಿಗೊಳಿಸುವುದೇ ಸಂಕಲನಕಾರನ ಜವಾಬ್ದಾರಿ.

- ಒಂದು ಶಾಟಿನಲ್ಲೇ ಬೇಕಾದುದಷ್ಟೇ ಆಯ್ದು ಅದರ ಹಿಂದಿನ ಅಥವಾ ಮುಂದಿನ ಶಾಟು ಜಂಪಾಗದೆ ನೋಡಿಕೊಳ್ಳಬೇಕು.
- ಅನಗತ್ಯವಾದ ಸಬ್ಜೆಕ್ಟ್ ಅಥವಾ ಆಬ್ಜೆಕ್ಟ್ ಇದ್ದರೆ ವಿಡಿಯೋವನ್ನು ಕ್ರಾಪ್ ಮಾಡಿ ಮುಂದುವರೆಯಬೇಕು.
- ಚಿತ್ರಕ್ಕೆ ಡಬ್ಬಿಂಗ್ ಮಾಡಿಸುವುದಾದರೆ ಆಡಿಯೋವನ್ನು ಡಿಲೀಟ್ ಮಾಡಿ ರೆಂಡರ್ ಮಾಡಬೇಕು.
- ಕೆಲವೊಮ್ಮೆ ಪೋರ್ಟ್ರೇಟ್ ಮೋಡಿಂದ ಲ್ಯಾಂಡ್‌ಸ್ಕೇಪ್ ಮೋಡಿಗೆ ರೊಟೇಟ್/ತಿರುಗಿಸಿ ಅಡ್ಜಸ್ಟ್ ಮಾಡಬೇಕು.

ಏನೇ ಮಾಡಿದರೂ ಕಥೆಗೆ ಪೂರಕವಾಗಿರಬೇಕು.

3. ಎಫೆಕ್ಟ್ಸ್–ಟ್ರಾನ್ಸಿಶನ್ಸ್

ಕಥೆಗೆ ಭಾವನೆಗಳನ್ನು ಟ್ರಾನ್ಸಿಶನ್ಸ್ ತುಂಬುತ್ತವೆ. ಕ್ರಿಯೇಟಿವ್ ಆಗಿ, ಪ್ರೊಫೆಶನಲ್ ಆಗಿ ಕಾಣಲು ಟ್ರಾನ್ಸಿಷನ್ಸ್ ಅಗತ್ಯ.

- ಫೇಡ್ ಇನ್, ಫೇಡ್ ಔಟ್ –ದೃಶ್ಯ ಆರಂಭ ಮತ್ತು ಅಂತ್ಯದಲ್ಲಿ ಬಳಸುತ್ತಾರೆ
- ಜೂಮ್ ಇನ್, ಜೂಮ್ ಔಟ್ –ಜೂಮ್ ಮಾಡಬಹುದು (ದೂರದಿಂದ ಹತ್ತಿರಕ್ಕೆ/ಹತ್ತಿರದಿಂದ ದೂರಕ್ಕೆ)
- ಸ್ವೈಪ್ಸ್ –ಬಲಕ್ಕೆ ಅಥವಾ ಎಡಕ್ಕೆ ದೃಶ್ಯ ಚಲಿಸುವುದು
- ಸ್ಲೈಡ್ –ಮೇಲಕ್ಕೆ ಅಥವಾ ಕೆಳಕ್ಕೆ ದೃಶ್ಯ ಚಲಿಸುವುದು
- ಸ್ಪಿನ್ –ತಿರುಗುವುದು
- ಬ್ಲರ್ (ಕಾಮನ್ನಾಗಿ ಬಳಸುವ ಟ್ರನ್ಸಿಶನ್)

ಸಿನಿಮಾದಲ್ಲಿ ಮೊದಲು ಅಥವಾ ಕೊನೆಗೆ ಬರುವ ಟೈಟಲ್ ಕ್ರೆಡಿಟ್ಸ್, ಸಬ್ ಟೈಟಲ್ಸ್ ಎಲ್ಲವನ್ನೂ ಸಂಕಲನಕಾರರೇ ನಿಭಾಯಿಸಬೇಕು

4. ಫೈನಲ್ ರೆಂಡರ್

ರೆಂಡರಿಂಗ್ ಅಂದರೆ, ಸಂಕಲನದ ಎಲ್ಲ ಕೆಲಸಗಳೂ ಮುಗಿದ ಮೇಲೆ ತೆಗೆಯುವ ಔಟ್‌ಪುಟ್. ಮೊದಲು ಯಾವ ಫಾರ್ಮ್ಯಾಟಿನದ್ದಾಗಿರಬೇಕು ಅಂತ ತಿಳಿದಿರಬೇಕು.

- ಮೊದಲು ಡಬ್ಬಿಂಗಿಗೆ, ಕಲರಿಂಗಿಗೆ, ಹಿನ್ನೆಲೆ ಸಂಗೀತಕ್ಕೆ, ಸೌಂಡ್ ಎಫೆಕ್ಟಿಗೆ ಒಂದು ಕಾಪಿಯನ್ನು ಅವರು ಕೇಳುವ ಫಾರ್ಮ್ಯಾಟಿನಲ್ಲೇ ಕಳಿಸಬೇಕು.
- ನಂತರ ಅವರು ಕೊಡುವ ಅವರ ಕೆಲಸದ ಔಟ್‌ಪುಟ್ ತೆಗೆದು ಡೈರೆಕ್ಟರ್ ಫೈನಲ್ ಕಾಪಿಗೆ ಜೋಡಿಸಿ ರೆಂಡರ್ ತೆಗೆಯುವುದು ಕೊನೆಯ ಕೆಲಸ.
- ಸಂಕಲನಕಾರ ಚಿತ್ರವನ್ನು ಗೆಲ್ಲಿಸಲೂಬಹುದು, ಸೋಲಿಸಲೂ ಬಹುದು. ಅವನಿಗೇ ಎಡಿಟಿಂಗ್ ಲಿಬರ್ಟಿ ದೊರೆತರೆ ಏನನ್ನೂ ಮುಲಾಜಿಲ್ಲದೆ ತೆಗೆದು, ತಪ್ಪುಗಳನ್ನು ಆದಷ್ಟು ತಿದ್ದಿ, ಒಂದು ಮಟ್ಟಗಿನ ಕಥೆ ಹೇಳುವಲ್ಲಿ ಪ್ರಮುಖ ಪಾತ್ರಧಾರಿ ಈ ಎಡಿಟರ್.

ಮ್ಯೂಸಿಕ್–ಡಬ್ಬಿಂಗ್–ರೀ ರಿಕಾರ್ಡಿಂಗ್

> "Film music should have the same relationship to the film drama that somebody's piano playing in my living room has on the book I am reading."
>
> **–Igor Stravinsky**

ಮ್ಯೂಸಿಕ್

ಕಳೆದ ಅಧ್ಯಾಯದಲ್ಲಿ ಎಡಿಟಿಂಗ್ ಬಗ್ಗೆ ಮಾತಾಡಿದೆವು. ಅದರಲ್ಲಿ ಆಗಲೇ ಹೇಳಿದಂತೆ ಒಂದು ರಫ್‌ಕಟ್ ಅನ್ನು ಡಬ್ಬಿಂಗ್‌ಗೆ ಅಂತಲೂ ಮತ್ತೆ ಮ್ಯೂಸಿಕ್‌ಗೆ ಅಂತಲೂ ಕೊಡುತ್ತಾರೆ ಎಂದು. ಈಗ ನಿಮ್ಮ ಕಿರುಚಿತ್ರಕ್ಕೆ ಮ್ಯೂಸಿಕ್ ಹೇಗೆ?

ನಿಮ್ಮ ಹತ್ತಿರ ಒಬ್ಬ ಸಂಗೀತ ನೀಡುವವರನ್ನು ಬಳಸಿಕೊಳ್ಳುವಷ್ಟು ದುಡ್ಡಿದ್ದರೆ, ಈಗಾಗಲೇ ಒಂದಷ್ಟು ಕಿರುಚಿತ್ರಗಳಿಗೆ ಸಂಗೀತ ಅನುಭವ ನೀಡಿದವರನ್ನು ಸಂಪರ್ಕಿಸಿ, ಅವರಿಂದ ಮ್ಯೂಸಿಕ್ ಮಾಡಿಸಬಹುದು. ಸಾಮಾನ್ಯವಾಗಿ ಕಿರುಚಿತ್ರಗಳಿಗೆ ಸಂಗೀತ ನೀಡುವವರ ಸಂಭಾವನೆ ಕಮ್ಮಿಯೇ ಇರುತ್ತದೆ. ಇಲ್ಲ ಸಂಗೀತ ನೀಡಲು ಬಯಸುವ ಆಕಾಂಕ್ಷಿಗಳನ್ನು ಹುಡುಕಬಹುದು. ಒಂದು ಎರಡು ಹಾಡುಗಳನ್ನು ಮಾಡಿ ಆಲ್ಬಮ್ ಮಾಡಿ ಸಂಗೀತದ ಅವಕಾಶಕ್ಕೆ ಕಾಯುತ್ತಿರುವವರು ಸಹ ಸಿಗುತ್ತಾರೆ. ನಿಮ್ಮ ಪರಿಚಯದವರಿಗೆ, ಹಾಗೆ ಸೋಷಿಯಲ್ ಮೀಡಿಯಾ ಮೂಲಕ ಹುಡುಕಬಹುದು.

ನಿಮಗೇನಾದದರೂ ಅನುಭವವುಳ್ಳ ಅಥವಾ ಅವಕಾಶಕ್ಕೆ ಕಾಯುತ್ತಿರುವ ಸಂಗೀತ ನಿರ್ದೇಶಕರು ಸಿಕ್ಕರೆ ಅವರಿಗೆ ನಿಮ್ಮ ಕಥೆಯನ್ನ ನರೇಟ್ ಮಾಡಿ, ಸ್ಕ್ರೀನ್‌ಪ್ಲೇ ಹೇಗಿದೆ ತಿಳಿಸಿ. ಯಾವ ಜಾನರಿಗೆ ನಿಮ್ಮ ಕಿರುಚಿತ್ರ ಇದೆ ಹೇಳಿ. ಎಲ್ಲೆಲ್ಲಿ ನಿಮಗೆ ಸಂಗೀತ–ಹಾಡು ಬೇಕಾಗಬಹುದು ತಿಳಿಸಿ. ಜೊತೆಗೆ ಒಂದಷ್ಟು ರೆಫರೆನ್ಸ್ ಕೂಡ ಕೊಡಬಹುದು. ಇಲ್ಲ ಪೂರ್ತಿ ಸ್ವಾತಂತ್ರ್ಯ ಕೊಟ್ಟು ಅವರಿಂದಲೇ ಸಂಗೀತ ಕೂಡ ಪಡೆಯಬಹುದು. ಆಯ್ಕೆ ಮತ್ತೆ ನಿರ್ಧಾರ ನಿಮ್ಮದು.

ಇದಿಷ್ಟು ನೀವು ದುಡ್ಡು ಕೊಟ್ಟು ಸಂಗೀತ ಪಡೆಯುವುದರ ಬಗ್ಗೆ ಅಥವಾ ಸಂಗೀತ ನೀಡಲು ತಾವಾಗೇ ಯಾರಾದರೂ ಸಿಕ್ಕರೆ ಆಗುವ ಹಂತಗಳು. ಈಗ ನಿಮಗೆ ಸಂಗೀತಗಾರನಿಗೆ ಕೊಡುವಷ್ಟು ದುಡ್ಡು ಇಲ್ಲದಿದ್ದರೆ ಅಥವಾ ನಿಮಗೆ

ಯಾರು ಸಂಗೀತ ನೀಡುವವರು ಸಿಕ್ಕದೆ ಹೋದರೆ ಏನು ಮಾಡಬೇಕು? ಉತ್ತರ ತುಂಬಾ ಸಿಂಪಲ್ –ನೀವೇ ಸಂಗೀತ ನೀಡಿ.

ಹೇಗೆ?

ಹೇಗೆಂದರೆ ಯೂಟ್ಯೂಬ್ ಮತ್ತೆ ಬೇರೆ ಬೇರೆ ವೆಬ್‌ಸೈಟ್‌ಗಳಲ್ಲಿ ಕಾಪಿರೈಟ್ ಇಲ್ಲದ ಮ್ಯೂಸಿಕ್ ಫೈಲ್‌ಗಳು ಸಿಗುತ್ತೆ. ಸಣ್ಣ ಸಣ್ಣ ಎಫೆಕ್ಟ್ ಇಂದ ಹಿಡಿದು ಗಂಟೆಗಟ್ಟಲೆ ಇರುವ ಫೈಲ್‌ಗಳು ಇರುತ್ತೆ. ನಿಮ್ಮ ಕಿರುಚಿತ್ರಕ್ಕೆ ಹೊಂದಾಣಿಕೆ ಆಗುವ ಬೆಸ್ಟ್ ಮ್ಯೂಸಿಕ್ ಹಿಡಿದು ಬಳಸಿಕೊಳ್ಳಬಹುದು. ಕಾಪಿರೈಟ್ ಇರುವ ಸಂಗೀತ ಕೂಡ ಬಳಸಬಹುದು, ಆದರೆ ಅದರ ಪರಿಚಯ ಇರುತ್ತೆ ಜೊತೆಗೆ ಕಾಪಿರೈಟ್ ಇರುವ ಫೈಲ್ ಬಳಸಿಕೊಂಡರೆ ಅದರಿಂದ ನಿಮಗೆ ತೊಂದರೆ. ಆದಷ್ಟು ಕಾಪಿರೈಟ್ ಇಲ್ಲದ ಮ್ಯೂಸಿಕ್ ಬಳಸಿಕೊಳ್ಳಿ.

ಡಬ್ಬಿಂಗ್

ಡಬ್ಬಿಂಗ್ ಅಂದರೆ ನಿಮ್ಮ ಕಿರುಚಿತ್ರದ ಡೈಲಾಗನ್ನು ಮತ್ತೆ ಹೇಳಿ ಯಾವ ನಾಯ್ಸ್ ಇಲ್ಲದೆ ಕೂರಿಸುವುದು. ನಿಮ್ಮ ಬಳಿ ದುಡ್ಡಿದ್ದರೆ ಅದನ್ನು ಡಬ್ಬಿಂಗ್ ಸ್ಟುಡಿಯೋಗಳಲ್ಲಿ ಮಾಡಬಹುದು. ಅಲ್ಲಿ ಗಂಟೆಯಿಂದ ಹಿಡಿದು ದಿನದವರೆಗೆ ಚಾರ್ಜ್ ಇರುತ್ತೆ. ನಿಮ್ಮ ಪಾತ್ರಧಾರಿಗಳನ್ನು ಕರೆದುಕೊಂಡು ಹೋಗಿ, ನಿಮ್ಮ ಎಡಿಟರ್ ಕೊಟ್ಟ ರಫ್ ಕಾಪಿ ಪ್ಲೇ ಮಾಡುತ್ತ ಅದಕ್ಕೆ ಡಬ್ಬಿಂಗ್ ಕೂರಿಸುವರು. ಕೂರಿಸಿ ನಿಮಗೊಂದು ಫೈಲ್ ಕೊಡುತ್ತಾರೆ

ನೀವು ಡಬ್ಬಿಂಗ್ ಹೋಗುವ ಪೂರ್ತಿ ಡೈಲಾಗ್ ಬರೆದುಕೊಂಡಿರಿ. ಪ್ರತಿ ಪಾತ್ರಧಾರಿಗಳನ್ನು ಸಮಯಕ್ಕೆ ಸರಿಯಾಗಿ ಕರೆದುಕೊಂಡು ಹೋಗಿ. ಡಬ್ಬಿಂಗ್ ಮಾಡುವಾಗ ಯಾವ ಭಾವ, ಯಾವ ಧ್ವನಿಯಲ್ಲಿ ಮಾತಾಡಬೇಕು, ನಿಮ್ಮ ಪಾತ್ರಧಾರಿಗಳಿಗೆ ತಿಳಿಸಿ. ಅವರು ಪ್ಯಾನಿಕ್ ಆದರೆ, ಗಾಬರಿ ಆದರೆ, ಅವರಿಗೆ ಧೈರ್ಯ ತುಂಬಿ. ಒಟ್ಟಿನಲ್ಲಿ ನಿಮಗೆ ಇದೆ ಸರಿ ಅನಿಸುವ ಮಟ್ಟಿಗೆ ಟೇಕ್ ತೆಗೆಸಿಕೊಂಡು ಪೂರ್ತಿ ಮುಗಿಸಿಕೊಳ್ಳಿ.

ನಿಮ್ಮ ಹತ್ತಿರ ಡಬ್ಬಿಂಗ್ ಸ್ಟುಡಿಯೋ ಭರಿಸಲು ದುಡ್ಡು ಇಲ್ಲದಿದ್ದರೆ ಡಬ್ಬಿಂಗ್ ನೀವೇ ಮಾಡಿಕೊಳ್ಳಬಹುದು. ಹೇಗೆ?

ಹೇಗೆಂದರೆ ಅದಕ್ಕೆ ತುಂಬಾ ಆಪ್ಷನ್ಸ್ ಇದೆ, ನಿಮ್ಮ ಮೊಬೈಲ್‌ನಲ್ಲೆ ಸದ್ದು ಗದ್ದಲವಿಲ್ಲದ ಜಾಗದಲ್ಲಿ ಕೂತು ಮೊಬೈಲ್‌ನಲ್ಲೆ ಲಭ್ಯವಿರುವ ರೆಕಾರ್ಡ್ ಬಳಸಿಕೊಂಡು ಡೈಲಾಗ್ ರೆಕಾರ್ಡ್ ಮಾಡಿಕೊಳ್ಳುವುದು. ಇದಕ್ಕೆ ಸಮಯ ಹಿಡಿಯುತ್ತದೆ. ಆದರೆ ನಿಮ್ಮ ಸಮಯಕ್ಕೆ ಚಾರ್ಜ್ ಇರೋಲ್ಲ. ನಿಮಗೆ ಸರಿ ಅನಿಸುವವರೆಗೂ ಪ್ರಯತ್ನ ಮಾಡಬಹುದು. ಮೊಬೈಲ್ ಇಲ್ಲದಿದ್ದರೆ ರೆಕಾರ್ಡಿಂಗ್ ಡಿವೈಸ್‌ಗಳು ಬರುತ್ತವೆ. ಎಲ್ಲ ಎಂ.ಪಿ.ಥ್ರೀ ಪ್ಲೇಯರ್‌ಗಳಲ್ಲಿ ಲಭ್ಯ

ಇವೆ. ಅದನ್ನು ಬಳಸಿಕೊಳ್ಳಬಹುದು, ಇಲ್ಲ ನೀವು ಶೂಟಿಂಗ್ ವೇಳೆ ಲ್ಯಾಪಲ್ ಮೈಕು ಬಳಸಿದರೆ ಅದನ್ನೇ ಬಳಸಿಕೊಳ್ಳಬಹುದು. ಅದು ಈಸಿ ಮತ್ತು ಕಮ್ಮಿ ದುಡ್ಡು. ಒಂದು ಸಲ ರೆಕಾರ್ಡ್ ಮಾಡಿಕೊಂಡ ಮೇಲೆ ಆ ಫೈಲ್ ಅನ್ನು ನಿಮ್ಮ ರಫ್‌ಕಟ್ ಫೈಲ್ ಜೊತೆ ಸಿಂಕ್ ಮಾಡಬಹುದು.

ಸಿಂಕ್ ಸೌಂಡ್

ನಿಮಗಿದರ ಬಗ್ಗೆ ಗೊತ್ತಾಗಲೇಬೇಕು. ಸಿಂಕ್ ಸೌಂಡ್ ಅಂದ್ರೆ ಶೂಟಿಂಗ್ ವೇಳೆಯಲ್ಲೇ ನಿಮ್ಮ ಧ್ವನಿಯನ್ನ ಸೆರೆ ಹಿಡಿಯುವುದು. ನಿಮ್ಮ ಧ್ವನಿ ಜೊತೆ ಶೂಟಿಂಗ್ ಲೊಕೇಶನ್‌ನ ಆ್ಯಂಬಿಯನ್ಸ್ (ಆ ಸ್ಥಳದಲ್ಲಾಗುವ ಸದ್ದು) ಎಲ್ಲವನ್ನು ಸೆರೆ ಹಿಡಿಯುತ್ತೆ. ಇದರಿಂದ ದೊಡ್ಡ ಲಾಭ ನೀವು ಡಬ್ಬಿಂಗ್‌ಗೆ ಸಮಯ ಮತ್ತು ದುಡ್ಡು ಮತ್ತೆ ವ್ಯಯಿಸುವ ಹಾಗಿಲ್ಲ. ಸಿಂಕ್ ಸೌಂಡ್‌ಗೆ ಸ್ವಲ್ಪ ಖರ್ಚಾಗುತ್ತದೆ. ಅದಕ್ಕೆ ನಿಮ್ಮ ಹತ್ತಿರ ದುಡ್ಡಿದ್ದರೆ ಬಳಸಿಕೊಳ್ಳಬಹುದು.

ರೀ ರೆಕಾರ್ಡಿಂಗ್

ರೀ ರೆಕಾರ್ಡಿಂಗ್ ಅಂದರೆ ಹಾಡುಗಳನ್ನು ಬಿಟ್ಟು ಉಳಿದ ದೃಶ್ಯಗಳಿಗೆ ಸಂಗೀತ ಸಂಯೋಜಿಸುವುದು. ಬಿ.ಜಿ.ಎಂ. (ಹಿನ್ನೆಲೆ ಸಂಗೀತ), ಫೋಲಿಯೋ ವರ್ಕ್ಸ್ (ಉಳಿದ ಸಣ್ಣ ಪುಟ್ಟ ಸಂಗೀತ) ಜೊತೆಗೆ ಒಂದಷ್ಟು ಸೌಂಡ್ ಎಫೆಕ್ಟ್ಸ್ ಸೇರಿಸುವ ಕ್ರಿಯೆಯನ್ನ ರೀ ರೆಕಾರ್ಡಿಂಗ್ ಅನ್ನುವರು.

ಇದು ಕೂಡ ದುಡ್ಡು ಇದ್ದರೆ ವೃತ್ತಿಪರ ಸಂಗೀತಗಾರರಲ್ಲಿ, ಇಲ್ಲದಿದ್ದರೆ ನೀವೇ ಕೂತು ಹುಡುಕಿ ಮಾಡಿಕೊಳ್ಳಬೇಕಾಗುತ್ತದೆ.

ಫೋಲಿಯೋ ಸದ್ದು ಅಂದರೆ ನಿಮ್ಮ ದೃಶ್ಯದಲ್ಲಿ ಡೈಲಾಗ್ ಬಿಜಿಎಂ ಬಿಟ್ಟು ಉಳಿದ ಸದ್ದುಗಳು ಉದಾಹರಣೆಗೆ ಬೈಕಿನ ಸದ್ದು, ಗಡಿಯಾರದ ಮುಳ್ಳಿನ ಸದ್ದು, ನಲ್ಲಿಯಿಂದ ನೀರು ಹರಿವ ಸದ್ದು, ನಡಿಯುವಾಗ ಬೂಟಿನ ಸದ್ದು ಈ ತರದವನ್ನ ಫೋಲಿಯೋ ವರ್ಕ್ಸ್ ಅನ್ನುತ್ತಾರೆ. ಇದು ಕೂಡ ನಿಮಗೆ ಫ್ರೀ ಆಗಿ ಯೂಟ್ಯೂಬ್ ಮತ್ತೆ ಬೇರೆ ಬೇರೆ ವೆಬ್ ಸೈಟಿನಲ್ಲಿ ಸಿಗುತ್ತೆ. ಹುಡುಕಬೇಕು ಅಷ್ಟೇ!

ಒಂದು ಸಲ ನಿಮ್ಮ ಮ್ಯೂಸಿಕ್ ಫೈಲ್, ಡಬ್ಬಿಂಗ್ ಫೈಲ್, ಇತರೆ ಸದ್ದುಗಳ ಫೈಲ್ ರೆಡಿಯಾದ ಮೇಲೆ ಅದನ್ನು ನಿಮ್ಮ ಎಡಿಟರ್‌ಗೆ ಕೊಟ್ಟು ಮತ್ತೆ ಕೂರಿಸಬೇಕು (ಸಿಂಕ್ ಮಾಡಬೇಕು). ಇದಿಷ್ಟು ಹೊಂದಿಸಿದ ಮೇಲೆ ಮತ್ತೆ ಎಡಿಟರ್ ಮತ್ತೊಮ್ಮೆ ನಿಮ್ಮ ವಿಡಿಯೊ ನೋಡುತ್ತಾ ಬೇಡವಾದದನ್ನು ತೆಗೆಯುತ್ತಾರೆ. ಎಲ್ಲಾದರೂ ಲ್ಯಾಗ್ ಹೊಡೆಸುತ್ತಿದ್ದರೆ, ಅದನ್ನ ಮತ್ತಷ್ಟು ಕ್ರಿಸ್ಪಿ ಮಾಡುತ್ತಾರೆ, ಅಲ್ಲಿಗೆ ಮ್ಯೂಸಿಕ್ ಮುಗಿಯುತ್ತದೆ.

ಪೋಸ್ಟರ್–ಟೀಸರ್–ಟ್ರೈಲರ್

"Designing posters, for me, is not only a commercial pursuit but also a philosophical endeavor."

—**Fang Chen**

ಈಗ ನೀವು ನಿಮ್ಮ ಕಿರುಚಿತ್ರದ ಕೊನೆ ಭಾಗಕ್ಕೆ ಬಂದಿದ್ದೀರ. ಎಂದೋ ಹೊಳೆದ ಕಥೆಯೊಂದು ಚಿತ್ರಕಥೆ ಆಗಿ ಅದು ಶೂಟಿಂಗ್ ಆಗಿ ಎಡಿಟಿಂಗ್ ಕೂಡ ಆಗಿ ನಿಮ್ಮ ಕೈಯಲ್ಲಿ ಇದೆ. ಅದೀಗ ನೀವು ನಿಮ್ಮ ಸ್ನೇಹಿತರಿಗೆ ಜನರಿಗೆ ತೋರಿಸಬೇಕು. ಹಾಗಂತ ಏಕಾಏಕಿ ಅವರ ಮುಂದೆ ನಿಮ್ಮ ಚಿತ್ರ ಇಡುವ ಮುನ್ನ ನಿಮ್ಮ ಚಿತ್ರ ಅವರು ಯಾಕೆ ನೋಡಬೇಕು? ಇದು ನಿಮ್ಮ ಮೊದಲ ಕಿರುಚಿತ್ರ ಅದರ ಬಗ್ಗೆ ಒಂದು ಕುತೂಹಲ ಹುಟ್ಟಿಸುವುದು ಬೇಡವೇ? ನಿಮ್ಮ ಮತ್ತು ನಿಮ್ಮ ಚಿತ್ರ ತಯಾರಿಕೆ ಪ್ರತಿಭೆಯ ಒಂದು ಝಲಕ್ ತೋರಿಸಬೇಕು ಅಲ್ವ? ಅದೆಲ್ಲದಕ್ಕಿಂತ ಮುಂಚೆ ನಿಮ್ಮ ಚಿತ್ರಕ್ಕೊಂದು ಮಾರ್ಕೆಟಿಂಗ್ ಮತ್ತು ಪಬ್ಲಿಸಿಟಿ ಬೇಕು ಅಲ್ವ? ಇದಕ್ಕೇನು ದೊಡ್ಡ ಸಿನಿಮಾಗಳ ತರ ದುಡ್ಡು ಸುರಿಯುವ ಹಾಗಿಲ್ಲ. ನೀವೇ ಕ್ರಿಯೇಟಿವ್ ಆಗಿ ನಿಮಗನಿಸಿದ ರೀತಿ ಮಾಡಬಹುದು.

ಹೇಗೆಲ್ಲ ಮಾಡಬಹುದು ನೋಡೋಣ ಬನ್ನಿ.

ಪೋಸ್ಟರ್

ಇದು ನಿಮಗೆಲ್ಲ ಗೊತ್ತಿರುತ್ತೆ ಒಂದು ದೊಡ್ಡ ಸಿನಿಮಾವಾಗಲಿ. ಸಣ್ಣ ಸಿನಿಮಾವಾಗಲೀ ಸಿನಿಮಾ ಶುರುವಾಗುವ ಮುಂಚೆ ಒಂದು ಪೋಸ್ಟರ್ ಬೇಕು. ಆ ಪೋಸ್ಟರ್‌ನಲ್ಲಿ ನಿಮ್ಮ ಚಿತ್ರದ ಕಥೆ ಹೇಳಿಯೂ ಹೇಳದಂತಿರಬೇಕು. ನಿಮ್ಮ ಚಿತ್ರದ ಬಗ್ಗೆ ಕುತೂಹಲ ಹುಟ್ಟಿಸುವಂತಿರಬೇಕು. ಪೋಸ್ಟರಿನಲ್ಲಿ ನಿಮ್ಮ ಚಿತ್ರದ ಹೆಸರು, ಕಲಾವಿದರ ಹೆಸರು, ತಂಡದ ಹೆಸರು ಇರಲಿ.

ಉಪೇಂದ್ರ ಅವರ ಸಿನಿಮಾಗಳು ಅವರ ಪೋಸ್ಟರ್‌ನಿಂದಲೇ ದೊಡ್ಡ ಸದ್ದು ಮಾಡಿವೆ. ಅವರ ನಿರ್ದೇಶನದ ಎಲ್ಲ ಸಿನಿಮಾದ ಪೋಸ್ಟರುಗಳನ್ನ ಸುಮ್ಮನೆ ಹಾಗೆ ನೋಡಿ ನಿಮಗೆ ಗೊತ್ತಾಗುತ್ತದೆ.

ಸರಿ ಈ ಪೋಸ್ಟರನ್ನು ಹೇಗೆ ಮಾಡೋದು?

ಅದಕ್ಕೆ ಪೋಸ್ಟರ್ ಡಿಸೈನ್ ಮಾಡುವವರು ಇರುತ್ತಾರೆ, ಯಾವುದೇ ಚಿತ್ರ ಕಲಾವಿದರು ಮಾಡಬಹುದು. ನಿಮ್ಮ ಫೇಸ್‌ಬುಕ್, ಇನ್‌ಸ್ಟಾಗ್ರಾಮ್‌ನಲ್ಲಿ ಆರ್ಟ್‌ವರ್ಕ್ ಮಾಡುತ್ತಿರುವ ನಿಮ್ಮ ಕಣ್ಣಿಗೆ ಆತ್ಮವಿಶ್ವಾಸ ಹುಟ್ಟಿಸುವ ಕೆಲವು

ಆರ್ಟ್ ಕಲಾವಿದರನ್ನು ನೀವೇ ಸಂಪರ್ಕಿಸಿ ನಿಮ್ಮ ಸಿನಿಮಾಕ್ಕೆ ಪೋಸ್ಟರ್ ಮಾಡಿಕೊಡುವಿರಾ ಎಂದು ಕೇಳಿಕೊಳ್ಳಿ. ಅವರ ಚಾರ್ಜ್ ತುಂಬಾ ಕಮ್ಮಿ ಇರುತ್ತೆ. ಕೆಲವರು ಫ್ರೀ ಆಗಿ ಮಾಡಿಕೊಡುವವರು ಇರುತ್ತಾರೆ.

ಆರ್ಟ್‌ವರ್ಕ್ ಮಾಡೋರು ಯಾರು ಸಿಗದ ಪಕ್ಷದಲ್ಲಿ, ನೀವೇ ನಿಮ್ಮ ಲ್ಯಾಪ್‌ಟಾಪ್, ಡೆಸ್ಕ್‌ಟಾಪ್ ಮತ್ತು ಮೊಬೈಲ್ ಮೂಲಕ ಕೆಲವೊಂದು ಸಾಫ್ಟ್‌ವೇರ್ ಹಾಗೂ ಆ್ಯಪ್‌ನಲ್ಲಿ ಮಾಡಬಹುದು. ನೀವು ಸುಮ್ಮನೆ ಗೂಗಲ್ ಮಾಡಿದರೆ ಅಥವಾ ಪ್ಲೇಸ್ಟೋರ್‌ನಲ್ಲಿ ಹುಡುಕಿದರೆ ಸಾಕು ಸಿಗುತ್ತೆ. ಅದರಲ್ಲಿ ಒಂದಷ್ಟು ಸಿದ್ಧ ಮಾದರಿಗಳು (ಟೆಂಪ್ಲೆಟ್) ಇರುತ್ತವೆ. ಅದನ್ನು ಬಳಸಿ ನಿಮಗಿಷ್ಟದ ರೀತಿಯಲ್ಲಿ ಕ್ರಿಯೇಟಿವ್ ಎಲಿಮೆಂಟ್ಸ್ ಆ್ಯಡ್ ಮಾಡಬಹುದು.

ಉದಾಹರಣೆ ಆ್ಯಪ್‌ಗಳು/ಸಾಫ್ಟ್‌ವೇರ್‌ಗಳು–ಪೋಸ್ಟರ್ ಮೇಕರ್, ಅಡೋಬ್ ಎಕ್ಸ್‌ಪ್ರೆಸ್, ಕ್ಯಾನ್ವ.

ಟೀಸರ್

ಟೀಸರ್ ಟ್ರೆಂಡ್ ಇತ್ತೀಚೆಗೆ ಶುರುವಾಗಿದೆ. ಎಲ್ಲರ ಕೈಯಲ್ಲೂ ಸ್ಮಾರ್ಟ್ ಫೋನ್ ಬಂದ ಮೇಲೆ, ಟೀಸರ್ ಅಂದ್ರೆ ಒಂದು ನಿಮಿಷಕ್ಕಿಂತ ಕಮ್ಮಿ ಅವಧಿಯಲ್ಲಿ ನಿಮ್ಮ ಸಿನಿಮಾದ ಹೈಪ್ ಕೊಡುವ ವಿಡಿಯೊ. ನಿಮ್ಮ ಚಿತ್ರದ ಮುಖ್ಯ ಭಾಗವಾಗಬಹುದು. ಇಲ್ಲ ನೀವೇ ಕ್ರಿಯೇಟಿವ್ ಆಗಿ ಅಷ್ಟು ಕಮ್ಮಿ ಅವಧಿಯಲ್ಲಿ ನಿಮ್ಮ ಸಿನಿಮಾದ ಬಗ್ಗೆ ಆಸಕ್ತಿ ಮಾಡುವಂತೆ ಏನಾದರೂ ಮಾಡಬಹುದು ಅದನ್ನೇ ಟೀಸರ್ ಅನ್ನುತ್ತೇವೆ.

ಇದನ್ನು ನಿಮ್ಮ ಮೊಬೈಲ್‌ನಲ್ಲೆ ಮಾಡಬಹುದು ವಿಡಿಯೊ ಮೇಕಿಂಗ್ ಮತ್ತು ಎಡಿಟಿಂಗ್ ಆ್ಯಪ್ ಬಳಸಿ, ಅಥವಾ ನಿಮ್ಮ ಲ್ಯಾಪ್‌ಟಾಪ್ ಅಥವಾ ಡೆಸ್ಕ್‌ಟಾಪ್‌ನಲ್ಲಿ ಎಡಿಟಿಂಗ್ ಸಾಫ್ಟ್‌ವೇರ್ ಬಳಸಿ ಮಾಡಬಹುದು. ಇಲ್ಲವೇ ನಿಮ್ಮ ಬಳಿ ಇರುವ ಎಡಿಟರ್ ಕೈಯಲ್ಲೂ ಮಾಡಿಸಬಹುದು.

ಟ್ರೈಲರ್

ಟ್ರೈಲರ್ ಟೀಸರ್‌ನ ಮುಂದುವರಿದ ಭಾಗ, ನಿಮ್ಮ ಕಿರುಚಿತ್ರವನ್ನ ಯಾಕೆ ನೋಡಬೇಕು. ನಿಮ್ಮ ಕಿರುಚಿತ್ರದಲ್ಲಿ ಏನೆಲ್ಲಾ ಇರಬಹುದೆಂದು ಕುತೂಹಲ ಹುಟ್ಟಿಸಲು ಒಂದರಿಂದ ಮೂರು ನಿಮಿಷದ ಒಳಗೆ ವಿಡಿಯೊ ಕಟ್ ಮಾಡುವುದು. ಇದರಲ್ಲಿ ನಿಮ್ಮ ಸಿನಿಮಾದ ಆತ್ಮ ಗೊತ್ತಾಗಬೇಕು. ಕುತೂಹಲ ಹುಟ್ಟಿಸುವಂತಿರಬೇಕು. ಇದನ್ನು ನೋಡಿದವರು ನಿಮ್ಮ ಕಿರುಚಿತ್ರಕ್ಕೆ ಕಾಯುವಂತೆ ಮಾಡಬೇಕು. ಆ ತರ ಟ್ರೈಲರ್ ಮಾಡಬೇಕು. ಚಿತ್ರಕಥೆಯಲ್ಲಿ ಆಕ್ಟ್ 3 ಅಂತ ನಾವೇನು ಕರೀತೀವೋ ಅದು ಇಲ್ಲಿ ಕಾಣಿಸದೆ ಇದ್ದಷ್ಟು

ಒಳ್ಳೆಯದು, ಅಂದರೆ ಕೊನೆಯಲ್ಲಿ ಏನು ಆಗುತ್ತೆ ಎಂದು? ಅದಕ್ಕಾಗಿ ಆದರೂ ನಿಮ್ಮ ಕಿರುಚಿತ್ರ ನೋಡಬೇಕು. ಆ ತರ ಟ್ರೈಲರ್ ಕಟ್ ಮಾಡಬೇಕು. ನೀವು ಟ್ರೈಲರ್ ಕಟ್ ಮಾಡುವ ಮುನ್ನ ಕನ್ನಡದ ಮತ್ತು ಅನ್ಯ ಭಾಷೆಯ ಬೆಸ್ಟ್ ಟ್ರೈಲರುಗಳನ್ನ ಒಮ್ಮೆ ನೋಡಿ, ಅದು ಯಾಕೆ ಬೆಸ್ಟ್ ಟ್ರೈಲರ್ ಎಂದು ನೀವೇ ಅನಲೈಸ್ ಮಾಡಿ. ನಿಮ್ಮ ಕಿರುಚಿತ್ರದ ಅವಧಿಯೇ ಕಮ್ಮಿ ಇರುವುದರಿಂದ ಆದಷ್ಟು ಕಮ್ಮಿ ಇರಲಿ ನಿಮ್ಮ ಟ್ರೈಲರ್ ಮೂವತ್ತು ಸೆಕೆಂಡ್‌ನಿಂದ ತೊಂಬತ್ತು ಸೆಕೆಂಡ್ ಇದ್ರೆ ಒಳ್ಳೆಯದು.

ಇದನ್ನು ನಿಮ್ಮ ಮೊಬೈಲ್‌ನಲ್ಲೆ ಮಾಡಬಹುದು ವಿಡಿಯೊ ಮೇಕಿಂಗ್ ಮತ್ತು ಎಡಿಟಿಂಗ್ ಆ್ಯಪ್ ಬಳಸಿ, ಅಥವಾ ನಿಮ್ಮ ಲ್ಯಾಪ್‌ಟಾಪ್ ಅಥವಾ ಡೆಸ್ಕ್‌ಟಾಪ್‌ನಲ್ಲಿ ಎಡಿಟಿಂಗ್ ಸಾಫ್ಟ್‌ವೇರ್ ಬಳಸಿ ಮಾಡಬಹುದು. ಇಲ್ಲವೇ ನಿಮ್ಮ ಬಳಿ ಇರುವ ಎಡಿಟರ್ ಕೈಯಲ್ಲೂ ಮಾಡಿಸಬಹುದು.

ಬಿಡುಗಡೆ–ಪ್ರದರ್ಶನ

"Speak to your audience in their language about what's in their heart."

—Jonathan Lister

ಅಂತೂ ನಿಮ್ಮ ಕಿರುಚಿತ್ರ ತಯಾರಿಕೆ ಹಾದಿಯ ಕೊನೆಯ ಘಟ್ಟಕ್ಕೆ ಬಂದೆವು. ಇದು ತುಂಬಾ ಮುಖ್ಯವಾದ ಬಲು ಮುಖ್ಯವಾದ ಹಂತ. ಈಗಿನ ಡಿಜಿಟಲ್ ಯುಗದಲ್ಲಿ ಹಾಗೆ ನೋಡಿದರೆ ಸಿನಿಮಾ ಮಾಡೋದು ಸುಲಭ. ಅದನ್ನು ನೀವು ಯಾರಿಗೆ ಅಂತ ತಯಾರಿಸಿದ್ದೀರೋ ಅವರಿಗೆ ತಲುಪಿಸುವುದೇ ಸವಾಲಿನ ಕೆಲಸ. ದೊಡ್ಡ ದೊಡ್ಡ ಸಿನಿಮಾಗಳಲ್ಲಿ ಆದರೆ ಬಂಡವಾಳ ಹಾಕಿರುವುದನ್ನ ತೆಗೆಯಲೇಬೇಕಾದ ಅನಿವಾರ್ಯತೆ ಇರುತ್ತೆ. ಅದೃಷ್ಟವಶಾತ್ ಕಿರುಚಿತ್ರದಲ್ಲಿ ಆ ಸಮಸ್ಯೆ ಇಲ್ಲ, ಇದ್ದರೂ ಹಾಕುವ ಬಂಡವಾಳ ತೀರಾ ಚಿಕ್ಕ ಹಣ. ಅದರಲ್ಲೂ ನಿಮ್ಮ ಮೊದಲ ಕಿರುಚಿತ್ರದಲ್ಲಿ ಜಾಸ್ತಿ ಬಂಡವಾಳ ಹಾಕಿ ತೆಗೆಯಲೇಬೇಕಾದ ಅನಿವಾರ್ಯತೆಗೆ ಸಿಕ್ಕಿಕೊಳ್ಳದೆ ಕೈಗೆಟುಕುವ ಬಜೆಟ್ಟಿನಲ್ಲಿ ಕಲಿಯುವ ನಿಟ್ಟಿನಲ್ಲಿ ಕಿರುಚಿತ್ರ ಮಾಡಿ. ಸಾಧ್ಯವಾದಷ್ಟು ತಪ್ಪುಗಳನ್ನು ಮಾಡಿ, ಅದನ್ನ ಸರಿಪಡಿಸುತ್ತಾ ಹೋಗಿ. ನಿಮ್ಮ ಮೊದಲ ಕಿರುಚಿತ್ರ ಒಂದೊಳ್ಳೆ ಸಿನಿಮಾ ತಯಾರಿಕೆ ಕಲಿಯುವ ಮಾಧ್ಯಮದಂತೆ ಬಳಸಿಕೊಳ್ಳಿ.

ಸರಿ, ಈಗ ನಿಮ್ಮ ಹತ್ರ ಕಿರುಚಿತ್ರ ರೆಡಿ ಆಗಿದೆ ಅದೀಗ ನೀವು ಬೇರೆಯವರಿಗೆ ತೋರಿಸಬೇಕು ಅಲ್ವ? ಹೇಗೆಲ್ಲ ತೋರಿಸಬಹುದು ನೋಡೋಣ ಬನ್ನಿ...

1. ಯೂಟ್ಯೂಬ್

ಕಿರುಚಿತ್ರ ಬಿಡುಗಡೆ ಮಾಡಲು ಅತ್ಯಂತ ಸೂಕ್ತವಾದ ವೇದಿಕೆ ಇದು. ಇಲ್ಲಿ ನೀವೇನು ದುಡ್ಡು ಹಾಕಬೇಕಿಲ್ಲ ಹಾಗೆ ನಿಮ್ಮ ಕಿರುಚಿತ್ರ ನೋಡುವವರು ಸಹ ದುಡ್ಡು ತೆರಬೇಕಾಗಿಲ್ಲ. ನಿಮ್ಮದೊಂದು ಜಿಮೇಲ್ ಅಕೌಂಟ್ ಇದ್ದರೆ ಯೂಟ್ಯೂಬ್ ಅಕೌಂಟ್ ಕ್ರಿಯೇಟ್ ಮಾಡಿದರೆ ಸಾಕು. ಅದರಲ್ಲಿ ನೀವು ಅಪ್‌ಲೋಡ್ ಮಾಡಬಹುದು. ನಿಮ್ಮ ಕಿರುಚಿತ್ರಕ್ಕೆ ಇಂಗ್ಲಿಷ್ ಅಡಿಬರಹ (ಸಬ್ ಟೈಟಲ್ಸ್) ಇದ್ದರೆ ಜಗತ್ತಿನ ಯಾವ ಮೂಲೆಯಲ್ಲಿ ಆದರೂ ಕೂತು ನಿಮ್ಮ ಕಿರುಚಿತ್ರ ನೋಡಬಹುದು. ವರ್ಲ್ಡ್‌ವೈಡ್ ರಿಲೀಸ್!

ಅಪ್‌ಲೋಡ್ ಮಾಡಿದ ನಿಮ್ಮ ಕಿರುಚಿತ್ರದ ಲಿಂಕ್ ಅನ್ನು ಎಲ್ಲ ಸೋಶಿಯಲ್ ಮೀಡಿಯಾದಲ್ಲಿ ಶೇರ್ ಮಾಡಬಹುದು.

ನಿಮ್ಮ ಕಿರುಚಿತ್ರಕ್ಕೆ ಬಂದ ಕಾಮೆಂಟುಗಳಲ್ಲಿ ಪ್ರೇಕ್ಷಕರ ಅಭಿಪ್ರಾಯ ಇರುತ್ತೆ ಅದರಲ್ಲಿ ನೀವು ಎಲ್ಲೆಲ್ಲಿ ಎಡವಿದ್ದೀರಿ ಅಂತಲೂ ಗೊತ್ತಾಗುತ್ತದೆ. ನಿಮ್ಮ ಸಿನಿಮಾ ತಯಾರಿಕೆಯ ಪಾಸಿಟಿವ್ ಮತ್ತು ನೆಗೆಟಿವ್ ಅಂಶಗಳು ಕೂಡ ನಿಮಗೆ ಗೊತ್ತಾಗುತ್ತದೆ. ಎಲ್ಲಕ್ಕೂ ಮೇಲಾಗಿ ನಿಮ್ಮ ಮುಂದಿನ ಸಿನಿಮಾ ಹೇಗಿರಬೇಕು ಎಂಬ ಒಂದು ಸಣ್ಣ ಐಡಿಯಾ ಮತ್ತು ದೊಡ್ಡ ಆತ್ಮವಿಶ್ವಾಸ ನಿಮಗೆ ಸಿಗುತ್ತೆ.

ಇದು ಫ್ರೀ ಪ್ಲಾಟ್ ಫಾರಂ ಆದರೂ ನೀವು ಯೂಟ್ಯೂಬ್‌ನಲ್ಲಿ ಅಪ್ಲೋಡ್ ಮಾಡುವುದರಿಂದ ದುಡ್ಡು ಕೂಡ ಮಾಡಬಹುದು. ಅದಕ್ಕೆ ಮುಖ್ಯವಾಗಿ ನಿಮ್ಮ ಕಿರುಚಿತ್ರ ಚೆನ್ನಾಗಿ ಇರಬೇಕು ಮತ್ತೆ ಒಳ್ಳೆ ಸದ್ದು ಮಾಡಬೇಕು. ನೀವು ನಿಮ್ಮ ಯೂಟ್ಯೂಬ್ ಚಾನೆಲ್ ಅನ್ನು ಮಾನಿಟೈಸ್ ಮಾಡಿದರೆ ಅದರಿಂದ ದುಡ್ಡು ಕೂಡ ಬರುತ್ತೆ, ಇಲ್ಲವೇ ನಿಮ್ಮ ಕಿರುಚಿತ್ರ ಚೆನ್ನಾಗಿದ್ದರೆ ಈಗಾಗಲೇ ಮಾನಿಟೈಸ್ ಮಾಡಿದ ತುಂಬಾ ಜನಪ್ರಿಯವಾದ ಯೂಟ್ಯೂಬ್ ಚಾನೆಲ್‌ಗಳು ನಿಮ್ಮ ಕಿರುಚಿತ್ರವನ್ನು ಖರೀದಿಸಲೂಬಹುದು.

2. ವಿಡಿಯೊ ಆನ್ ಡಿಮ್ಯಾಂಡ್ ಮತ್ತು ಓಟಿಟಿ

ಇದು ಕೂಡ ಡಿಜಿಟಲ್ ಪ್ಲಾಟ್‌ಫಾರಂ, ಆದರೆ ಇಲ್ಲಿ ನಿಮ್ಮ ಕಿರುಚಿತ್ರವನ್ನ ಉಚಿತವಾಗಿ ನೋಡಲಾಗುವುದಿಲ್ಲ. ಬದಲಾಗಿ ನಿಮ್ಮ ಕಿರುಚಿತ್ರ ನೋಡಲು ನೋಡುಗರು ಇಂತಿಷ್ಟು ದುಡ್ಡನ್ನು ಕೊಡಬೇಕು. ಹಾಗೆ ನೋಡುವಂತೆ ಮಾಡಲು ನೀವು ಉಚಿತವಾಗಿ ಟ್ರೈಲರ್ ಹಾಕಿರಬಹುದು. ಅದನ್ನು ನೋಡಿ ನಿಮ್ಮ ಕಿರುಚಿತ್ರ ನೋಡಬೇಕು ಅನಿಸಿದಾಗ ಕಮ್ಮಿ ಮೊತ್ತದ ಚಾರ್ಜ್ ನೀವು ಮಾಡಬಹುದು, ಇದಕ್ಕೆ ವಿಡಿಯೊ ಆನ್ ಡಿಮ್ಯಾಂಡ್ ಅನ್ನುತ್ತೇವೆ. ಈ ತರದ ತುಂಬಾ ಆ್ಯಪ್‌ಗಳು ಪ್ಲಾಟ್‌ಫಾರ್ಮ್‌ಗಳು ಇವೆ. ಉದಾಹರಣೆಗೆ–ಆಹಾ, ವೇಮಿಯೋ ಇನ್ನೂ ಹಲವು. ಕನ್ನಡದಲ್ಲಿ ಇನ್ನೂ ಆ ತರದ ಪ್ಲಾಟ್‌ಫಾರ್ಮ್ ಸಿದ್ಧ ಇಲ್ಲದಿದ್ದರೂ ಅದರ ಬಗ್ಗೆ ಒಂದಷ್ಟು ಕೆಲಸ ನಡೆಯುತ್ತಿವೆ. ಓಕೇ ಕನ್ನಡ, ಟಾಕೀಸ್ ಅನ್ನುವ ಕೆಲವು ಆ್ಯಪ್‌ಗಳು ಇಂತಹ ಕೆಲಸ ಮಾಡುತ್ತಿವೆ.

ಓಟಿಟಿ ಕೂಡ ವಿಡಿಯೊ ಆನ್ ಡಿಮ್ಯಾಂಡ್ ತರದ್ದೇ ಪ್ಲಾಟ್‌ಫಾರ್ಮ್. ಕಿರುಚಿತ್ರಗಳನ್ನು ಕೂಡ ಓಟಿಟಿಯಲ್ಲಿ ಪ್ರದರ್ಶನ ಮಾಡಬಹುದು. ಕನ್ನಡದ ಕಿರುಚಿತ್ರಗಳಿಗೆ ಸ್ವಲ್ಪ ಕಷ್ಟ. ಯಾವುದಾದರೂ ಪ್ರತಿಷ್ಠಿತ ಬ್ಯಾನರಿನಲ್ಲಿ ತಯಾರಿಸಿದ್ದರೆ ಟ್ರೈ ಮಾಡಬಹುದು. ಕನ್ನಡದ ಕೆಲವು ಕಿರುಚಿತ್ರಗಳು, ವೆಬ್ ಸೀರೀಸ್‌ಗಳು ಜನಪ್ರಿಯ ಓಟಿಟಿಯಲ್ಲಿವೆ.

3. ಖಾಸಗಿ ಪ್ರದರ್ಶನ

ನೀವು ನಿಮ್ಮ ಕಿರುಚಿತ್ರವನ್ನು ಸಣ್ಣ ಸಣ್ಣ ಥಿಯೇಟರುಗಳಲ್ಲಿ, ಮಲ್ಟಿಪ್ಲೆಕ್ಸ್‌ಗಳಲ್ಲಿ, ರಂಗಮಂದಿರಗಳಲ್ಲಿ, ಕಾಲೇಜುಗಳ ಆಡಿಟೋರಿಯಂಗಳಲ್ಲಿ ಕೂಡ ಪ್ರದರ್ಶಿಸಬಹುದು. ಅದಕ್ಕೆ ನೀವು ಬಾಡಿಗೆ ತೆರಬೇಕಾಗುತ್ತದೆ. ದಿನದ ಲೆಕ್ಕದಲ್ಲಿ ಬಾಡಿಗೆ ಇರುತ್ತದೆ. ನೀವು ಬಾಡಿಗೆಗೆ ಸ್ಕ್ರೀನ್ ತೆಗೆದುಕೊಂಡು ನಿಮ್ಮ ಸ್ನೇಹಿತರನ್ನ ಪರಿಚಯದವರನ್ನ ನೋಡಲು ಆಸಕ್ತಿ ಉಳ್ಳವರನ್ನ ಕರೆದು ಅವ್ರಿಗೆ ಟಿಕೆಟ್ ನಿಗದಿ ಮಾಡಿ ತೋರಿಸಬಹುದು. ಜೊತೆಗೆ ಸಿನಿಮಾ ತೋರಿಸಿದ ಮೇಲೆ ಸಂವಾದ ಕೂಡ ಇಟ್ಟುಕೊಂಡು ಅವರ ಅಭಿಪ್ರಾಯ ಪಡೆಯಬಹುದು.

ಇದರಿಂದ ಹಾಕಿದ ಬಂಡವಾಳ ತೆಗೆಯುವ ಸಣ್ಣ ಪ್ರಯತ್ನ ಮಾಡಬಹುದು.

4. ಕಿರುಚಿತ್ರ ಉತ್ಸವ

ಶಾರ್ಟ್ ಫಿಲಂ ಫೆಸ್ಟಿವಲ್–ಕಿರುಚಿತ್ರಗಳಿಗೆ ತುಂಬಾ ಒಳ್ಳೆಯ ವೇದಿಕೆ ಶಾರ್ಟ್ ಫಿಲಂ ಫೆಸ್ಟಿವಲ್. ಕರ್ನಾಟಕ, ಭಾರತ, ಹಾಗೆ ಪ್ರಪಂಚದಲ್ಲಿ ತುಂಬಾ ಹೆಸರು ಮಾಡಿರುವ ಅತ್ಯುತ್ತಮ ಮಟ್ಟದ ಫಿಲಂ ಫೆಸ್ಟಿವಲ್ ಇವೆ. ಅದನ್ನು ಬಿಟ್ಟು ಲೆಕ್ಕವಿರದಷ್ಟು ಶಾರ್ಟ್ ಫಿಲಂ ಫೆಸ್ಟಿವಲ್ ನಡೆಯುತ್ತಲೇ ಇರುತ್ತದೆ. ಕೆಲವೇ ಕೆಲವು ಫೆಸ್ಟಿವಲ್ ಬಿಟ್ಟು ಮಿಕ್ಕಿದ ಎಲ್ಲ ಫೆಸ್ಟಿವಲ್‌ಗಳಿಗೆ ಪ್ರವೇಶದರ ಇರುವುದಿಲ್ಲ. ನೀವು ಉಚಿತವಾಗಿ ಸಬ್ಮಿಟ್ ಮಾಡಬಹುದು. ಒಂದು ಗಮನವಿಡಬೇಕಾದ ಅಂಶವೆಂದರೆ ನಿಮ್ಮ ಕಿರುಚಿತ್ರಕ್ಕೆ ಇಂಗ್ಲಿಷ್ ಸಬ್ ಟೈಟಲ್ಸ್ ಇರಬೇಕು. ಹೆಚ್ಚು ಕಮ್ಮಿ ಎಲ್ಲ ಫೆಸ್ಟಿವಲ್‌ನಲ್ಲಿ ಇಂಗ್ಲಿಷ್ ಬಿಟ್ಟು ಬೇರೆ ಯಾವುದೇ ಭಾಷೆಗಳಿಗೆ ಸಬ್ ಟೈಟಲ್ಸ್ ಕೇಳುತ್ತಾರೆ.

ನಿಮ್ಮ ಕಿರುಚಿತ್ರ ಸೆಲೆಕ್ಟ್ ಆದರೆ ನಿಮಗೆ ಮೇಲ್ ಕೂಡ ಮಾಡುತ್ತಾರೆ. ಗರಿಮೆಯುಳ್ಳ ಇಮೇಜ್ ಕೂಡ ಕಳಿಸುತ್ತಾರೆ. ಅದನ್ನು ನೀವು ನಿಮ್ಮ ಪೋಸ್ಟರಲ್ಲಿ ಹಾಕಿಕೊಂಡರೆ ನಿಮ್ಮ ಕಿರುಚಿತ್ರಕ್ಕೊಂದು ತೂಕ. ನಿಮ್ಮ ಕಿರುಚಿತ್ರ ಗೆದ್ದರೆ ಬಹುಮಾನ ಕೂಡ ಇರುತ್ತದೆ. ಜೊತೆಗೆ ಗೆದ್ದ ಕಿರುಚಿತ್ರಗಳನ್ನು ಇಂಡಸ್ಟ್ರಿಯವರು ಗಮನಿಸುತ್ತಾ ಇರುತ್ತಾರೆ. ಇದರಿಂದ ನಿಮಗೆ ದೊಡ್ಡ ಸಿನಿಮಾಗಳಲ್ಲಿ ಅವಕಾಶ ಸಿಗುತ್ತವೆ. ಹೀಗೆ ಫೆಸ್ಟಿವಲ್‌ಗಳಲ್ಲಿ ಗೆದ್ದು ದೊಡ್ಡ ಸಿನಿಮಾಗಳಿಗೆ ಹೋದವರಿದ್ದಾರೆ.

ಆಲ್ ದಿ ಬೆಸ್ಟ್

"May the Force be with you."—**Star Wars, 1977**

ಇಲ್ಲಿಯವರೆಗೂ 'ಲೆಟ್ಸ್ ಮೇಕ್ ಎ ಶಾರ್ಟ್ ಫಿಲಂ' ಎಂಬ ಈ ಕಿರು ಪುಸ್ತಕವನ್ನ ಓದಿದ್ದೀರಿ. ಇಂದು ಎಲ್ಲರ ಕೈಯಲ್ಲೂ ಸ್ಮಾರ್ಟ್ ಫೋನ್, ಎಲ್ಲರ ಎದೆಯಲ್ಲೂ ಕಥೆಗಳಿರುವ ಕಾಲ. ಪ್ರತಿಯೊಬ್ಬರೂ ಒಂದಲ್ಲ ಒಂದು ಹಂತದಲ್ಲಿ ಕಥೆ ಹೇಳಲು ಆಸೆ ಪಡುತ್ತಾರೆ. ಅದರಲ್ಲೂ ಕಲೆಯ ಕಡೆ ಮುಖ ಮಾಡಿದವರು ಒಂದಲ್ಲ ಒಂದು ದಿನ ತಾವು ದೃಶ್ಯ ಮಾಧ್ಯಮದ ಮೂಲಕ ಕಥೆ ಹೇಳಲು ಇಷ್ಟ ಪಡುತ್ತಾರೆ.

ನೀವು ಈ ಪುಟವನ್ನು ಓದುತ್ತಿದ್ದರೆ, ನಿಮ್ಮಲ್ಲಿ ಒಂದು ಕಥೆ ಇದೆ ಎಂದು ಅರ್ಥ. ಅದನ್ನು ದೊಡ್ಡ ಸಿನಿಮಾವೋ ಇಲ್ಲ ಕಿರುಚಿತ್ರ ಮಾಡಲು ನೀವು ತುದಿಗಾಲಲ್ಲಿ ನಿಂತಿದ್ದೀರಿ ಎಂದರ್ಥ. ಇಲ್ಲಿವರೆಗೂ ಓದಿದ್ದೀರಿ ಎಂದರೆ ಮುಂದಿನ ನಡೆ ಕಿರುಚಿತ್ರ ಮಾಡುವುದು. ಇಲ್ಲಿನ ಎಲ್ಲ ವಿಷಯಗಳು ನಿಮಗೆ ಗೂಗಲ್‌ನಲ್ಲೋ, ಯೂಟ್ಯೂಬ್‌ನಲ್ಲೋ ಅಥವಾ ಸಿನಿ ಇಂಡಸ್ಟ್ರಿಯಲ್ಲಿ ಇರುವವರಿಂದ ತಿಳಿಯಬಹುದು. ಇದು ಮಾಹಿತಿ ಯುಗ, ನಿಮಗೆ ಬೇಕಾದದ್ದು ಬೇಡವಾದದ್ದು ರಾಶಿ ರಾಶಿ ಬಿದ್ದಿರುವ ಯುಗ. ಅದರಲ್ಲಿ ಎಷ್ಟು ಬೇಕು ಅಷ್ಟನ್ನು ನನ್ನ ನಿಯಮಿತ ಜ್ಞಾನದ ಜೊತೆಯಿಂದ, ಅಲ್ಲಿ ಇಲ್ಲಿ ಕೇಳಿ ನೋಡಿ, ಸ್ವತಃ ಕಿರುಚಿತ್ರ ಮಾಡಿದ ಅನುಭವದಿಂದ ಬರೆದಿದ್ದೇನೆ. ನೀವು ಈ ಪುಸ್ತಕ ಓದಿದರೆ ಒಂದೊಳ್ಳೆ ಕಿರುಚಿತ್ರ ಮಾಡೇ ಮಾಡುತ್ತೀರಿ ಎಂಬ ನಂಬಿಕೆ ನನ್ನದು.

ಇನ್ನೇಕೆ ತಡ ಕಿರುಚಿತ್ರ ಮಾಡಲು ಶುರು ಹಚ್ಚಿಕೊಳ್ಳಿ. ಹಚ್ಚಿಕೊಳ್ಳುವ ಮುನ್ನ

ನಿಮ್ಮ ಮೊದಲ ಕಿರುಚಿತ್ರ ನಿಮಗಾಗಿ ಮಾಡಿಕೊಳ್ಳಿ. ನಿಮ್ಮ ಕಿರುಚಿತ್ರ ನಿಮಗೆ ಹಿಡಿಸದೆ ಹೋದರೆ ಜಗತ್ತಿನ ಬೇರೆ ಯಾರಿಗೂ ಹಿಡಿಸದು. ನಿಮ್ಮ ಚಿತ್ರದ ಮೊದಲ ಪ್ರೇಕ್ಷಕ ಅದು ನೀವೇ. ನಿಮ್ಮನ್ನು ನೀವು ಮೋಸಮಾಡಿಕೊಳ್ಳಬೇಡಿ. ನಿಮ್ಮನ್ನು ಕಾಡುತ್ತಿರುವ ಸಣ್ಣ ಕಥೆ ತೆಗೆದುಕೊಂಡು ಎಲ್ಲರನ್ನು ಕಾಡುವ ಹಾಗೆ ಒಂದೊಳ್ಳೆ ಕಿರುಚಿತ್ರ ಮಾಡಿ.

ನಿಮ್ಮ ಸಿನಿಪಯಣದ ಮೊದಲ ಹೆಜ್ಜೆ ಇಲ್ಲಿಂದ ಶುರು. ನಿಮ್ಮ ಪ್ರತಿ ಸಿನಿ ಹೆಜ್ಜೆಗೂ ನನ್ನ ಕಡೆಯಿಂದ ಹಾಗೂ ಈ ಪುಸ್ತಕ ಪ್ರಕಾಶಕರ ಕಡೆಯಿಂದ

ಆಲ್ ದಿ ಬೆಸ್ಟ್–ALL THE BEST.

ಸಂದರ್ಶನ
INTERVIEWS

ಸಂತೋಷ್ ಜಿ ಗೋಪಾಲ್

ಫಿಲಂಮೇಕರ್, ನಿರ್ದೇಶಕ ಮತ್ತು ಉತ್ಸಾಹಿ ಪ್ರವಾಸಿ

ತನ್ನದೇ ತಂಡ ಕಟ್ಟಿಕೊಂಡು ಕನ್ನಡದಲ್ಲಿ ಒಂದಷ್ಟು ವಿಶಿಷ್ಟ ಧ್ವನಿಯುಳ್ಳ ಕಿರುಚಿತ್ರಗಳನ್ನು ಮಾಡಿದವರು. ಇವರ ಮಹಾಸಂಪರ್ಕ ಕಿರುಚಿತ್ರ ಹಲವು ಕಿರುಚಿತ್ರೋತ್ಸವದಲ್ಲಿ ಪ್ರದರ್ಶನಗೊಂಡಿದ್ದು ಬಹುಮಾನಗಳನ್ನು ಪಡೆದುಕೊಂಡಿದೆ. ಇವರ ಸಿಲ್ಕ್ ಬೋರ್ಡ್ ಕಿರುಚಿತ್ರಕ್ಕೆ ವಿಕ ಕಿರುಚಿತ್ರೋತ್ಸವದಲ್ಲಿ ಬಹುಮಾನ ಕೂಡ ಬಂದಿದೆ. ಸದ್ಯ ಇವರು 'ಶುಭಮಂಗಳ' ಎಂಬ ಪೂರ್ಣ ಪ್ರಮಾಣದ ಸಿನಿಮಾ ನಿರ್ದೇಶಿಸಿದ್ದು ಬಿಡುಗಡೆಗೆ ಸಿದ್ಧವಾಗಿದೆ. ಬೆಂಗಳೂರು ಅಂತಾರಾಷ್ಟ್ರೀಯ ಚಲನಚಿತ್ರೋತ್ಸವದಲ್ಲಿ ಕೂಡ ಪ್ರದರ್ಶನಗೊಂಡಿದೆ.

ಸಿನಿಮಾ ಅಷ್ಟೇ ಅಲ್ಲದೆ ಸಂತೋಷ್ ಉತ್ಸಾಹಿ ಪ್ರವಾಸಿ ಕೂಡ. ತಮ್ಮ ಸೈಕಲ್ ಏರಿಕೊಂಡೇ ಇಡೀ ಕರ್ನಾಟಕ ಸುತ್ತಿರುವುದು ಅಲ್ಲದೆ, ಕನ್ಯಾಕುಮಾರಿಯಿಂದ ಕಾಶ್ಮೀರ ಕೂಡ ಸೋಲೋ ಸೈಕಲ್ ರೈಡ್ ಮಾಡಿದ್ದಾರೆ.

- **ನಿಮ್ಮ ಪರಿಚಯ?**

  ಸಂತೋಷ್ ಜಿ.

- **ಸಿನಿಮಾದ ಹುಚ್ಚು ಹೇಗೆ?**

  ಸಿನಿಮಾ ಅಂದ್ರೆ ಚಿಕ್ಕ ವಯಸ್ಸಿನಿಂದ ಇಷ್ಟ ಅಷ್ಟೇ. ಲಂಡನಿನ್ನಲಿ ಐಟಿ ಕೆಲಸ ಮಾಡಬೇಕಾದ್ರೆ ಸಿನಿಮಾ ನೋಡೋ ಹುಚ್ಚು ಜಾಸ್ತಿ ಆಯ್ತು. ಯಾಕಂದ್ರೆ ಫ್ರೀ ಟೈಮ್ ತುಂಬಾ ಸಿಗ್ತಾ ಇತ್ತು. ಇಂತ ಫ್ರೀ ಟೈಮಲ್ಲೇ ಟ್ರಿಪ್ ಹೋಗಿರೋ ಫೋಟೋಸ್ ಹಾಗೂ ವೀಡಿಯೋಸ್ ಎಡಿಟ್ ಮಾಡೋಕ್ಕೆ ಎಡಿಟಿಂಗ್ ಕಲಿತುಕೊಂಡೆ; ಎಡಿಟಿಂಗ್ ಸಾಫ್ಟ್‌ವೇರ್ ಮೂಲಕ. ಎಡಿಟಿಂಗ್ ಬಂದ ಮೇಲೆ ಯಾಕ್ ಶಾರ್ಟ್ ಫಿಲಂ ಮಾಡಬಾರದು ಅಂತ ಶಾರ್ಟ್ ಫಿಲಂ ಶುರು ಮಾಡ್ಬಿಟ್ಟೆ.

- **ನಿಮ್ಮ ಮೊದಲ ಕಿರುಚಿತ್ರದ ಅನುಭವ?**

  ಯಾವುದೇ ಸಿನಿಮಾ ಜ್ಞಾನ ಇಲ್ಲದೆ, ಒಂದು ಚಿಕ್ಕ ಮಗು ತರ ನನಗನಿಸಿದ ರೀತಿಯಲ್ಲೇ ನನ್ನದೇ ಶೈಲಿಯಲ್ಲಿ ಮೊದಲ ಶಾರ್ಟ್ ಫಿಲಂ ಮಾಡಿದೆ ಅದರ ಹೆಸರು 'ಆನ್ಲೈನ್ ಏಕ್ ಝುಲಕ್'.

- **ಕಿರುಚಿತ್ರ ಯಾಕೆ ಬೇಕು?**

  ಸಿನಿಮಾ ಯಾಕ್ ಬೇಕೋ ಹಾಗೇ ಕಿರುಚಿತ್ರ ಬೇಕು, ಕಲಿಯೋರ್ಗೆ ಪ್ಲೇಗ್ರೌಂಡ್, ಎಕ್ಸ್‌ಪೆರಿಮೆಂಟ್ ಮಾಡೋರ್ಗೆ ಎಕ್ಸ್‌ಪೆರಿಮೆಂಟ್, ಸಿಂಪಲ್

ಆಗಿ ಹೇಳಬೇಕು ಅಂದ್ರೆ ನಿಮಗೆ ಹೇಗ್ ಬೇಕೋ ಹಾಗೆ ಕಿರುಚಿತ್ರ ಮಾಡಬಹುದು. ಯಾಕಂದ್ರೆ ಕಿರುಚಿತ್ರದಲ್ಲಿ ಬ್ಯುಸಿನೆಸ್ ಅನ್ನೋ ಟ್ಯಾಗ್ ಮುಖ್ಯವಾಗಿ ಇರೋಲ್ಲ

- **ಕಿರುಚಿತ್ರ ಮಾಡೋರಿಗೆ ನಿಮ್ಮ ಕಿವಿ ಮಾತು**?

  ಡೂ ಎನಿಥಿಂಗ್ ಯು ವಾಂಟ್. ಯಾವುದೇ ಸ್ಟೋರಿ ನಮಗನಿಸಿದ ರೀತಿ ಹೇಗ್ ಬೇಕೋ ಹಾಗೇ ಹೇಳಿ. ಯಾವುದೇ ಭಯ ಬೇಡ. ಒಂದ್ ಮಾತ್ ಏನಂದ್ರೆ ನೀವು ಕಿರುಚಿತ್ರ ಮಾಡುದ್ರೆ ಖಂಡಿತ ನೀವು ದೊಡ್ಡ ಸಿನಿಮಾ ಕೂಡ ಮಾಡಬಹುದು

- **ಕಿರುಚಿತ್ರದಿಂದ ಕಲಿತ ಪಾಠಗಳು**?

  ತುಂಬಾ, ಇವತ್ತು ನಾನು ಶುಭಮಂಗಳ ಅನ್ನೋ ಫೀಚರ್ ಫಿಲಂ ಮಾಡಿದ್ದೇನೆ ಅಂದ್ರೆ ಅದಕ್ಕೆ ನಾನು ಮಾಡಿರೋ ಅಷ್ಟು ಶಾರ್ಟ್ ಫಿಲಂ ಮಾಡಿ ಕಲಿತಿರೋದ್ರಿಂದ

- **ಕಿರುಚಿತ್ರದ ಯಶಸ್ಸಿನಿಂದ ನಿಮ್ಮ ಪಯಣ ಹೇಗಿದೆ**?

  ಅಷ್ಟೊಂದು ಏನು ಬದಲಾಗಿಲ್ಲ. ನನ್ನ ಕಿರುಚಿತ್ರಗಳಿಂದ ನನ್ನ ಒಂದಷ್ಟು ಜನ ಗುರುತಿಸ್ತಾರೆ.

ನವನ್ ಶ್ರೀನಿವಾಸ್
ಫಿಲಂಮೇಕರ್ ಮತ್ತು ನಿರ್ದೇಶಕ

ಮಲೆನಾಡಿನ ಹುಡುಗ. ಸಿನಿಮಾದ ಹುಚ್ಚು ಹತ್ತಿಸಿಕೊಂಡು, ಸಿನಿಮಾವನ್ನೇ ಉಸಿರಾಡುತ್ತ ಬೆಂಗಳೂರಿಗೆ ಬಂದು ನಿರ್ದೇಶನದ ತರಬೇತಿ ಪಡೆದು, ಒಂದಷ್ಟು ಕಡೆ ಸೈಕಲ್ ಹೊಡೆದು ಎಲ್ಲಿಯೂ ಅದೃಷ್ಟ ಕೂಡದೆ ತಾವೇ ಕಿರುಚಿತ್ರ ಮಾಡಲು ಶುರು ಮಾಡಿದರು. ಇವತ್ತಿಗೂ ಕನ್ನಡ ಕಿರುಚಿತ್ರಗಳ ಪಟ್ಟಿಯಲ್ಲಿ ನವನ್ ಶ್ರೀನಿವಾಸ್ ಮಾಡಿರುವ ಗೋಣಿಚೀಲಕ್ಕೆ ವಿಶೇಷ ಸ್ಥಾನ ಇದೆ. ಯಾವ ಇಸಂ ಗೊಡವೆಗೆ ಹೋಗದೆ ಹೃದಯದಿಂದ ಕಿರುಚಿತ್ರ ಮಾಡಿದವರು. ಗೋಣಿಚೀಲ ಮತ್ತು ಜೋಡಿಕುದುರೆ ಎಂಬ ಎರಡು ಪ್ರೀತಿ ಪ್ರೇಮ ಸ್ನೇಹದ ಬಗ್ಗೆ ಕಿರುಚಿತ್ರ ಮಾಡಿ ಅವರು ತಿರುಗಿದ್ದು ದೊಡ್ಡ ಸಿನಿಮಾ ಕಡೆಗೆ. ತಮ್ಮ ಮೊದಲ ಸಿನಿಮಾದಲ್ಲಿ ಇಡೀ ಇಂಡಸ್ಟ್ರಿಯವರ ಗಮನ ಸೆಳೆದರು. ಇವರ ಮೊದಲ ಚಿತ್ರ ಕಂಬ್ಳಿಹುಳಕ್ಕೆ ಇಡೀ ಚಿತ್ರರಂಗ ಬೆಂಬಲ ಕೊಟ್ಟ ರೀತಿ ಅದ್ಭುತ.

- **ನಿಮ್ಮ ಪರಿಚಯ?**

  ಮಲೆನಾಡಿನ ಚಿಕ್ಕಮಗಳೂರು ಹಾಗೂ ಶಿವಮೊಗ್ಗ ಜಿಲ್ಲೆಗಳ ಅಂಚಿಗೆ ತಾಗಿಕೊಂಡಿರುವ ಕಮ್ಮರಡಿ ಸಮೀಪದ ಕುಡಿನಲ್ಲಿ ನಮ್ ಊರು. ಪ್ರಾಥಮಿಕ ಶಿಕ್ಷಣವನ್ನು ಹಾಲ್ಮುತ್ತೂರು, ಹೈಸ್ಕೂಲ್ ಮತ್ತು ಕಾಲೇಜು ಶಿಕ್ಷಣವನ್ನು ಕಮ್ಮರಡಿಯಲ್ಲಿ ಪೂರ್ಣಗೊಳಿಸಿದೆ. ಬಾಲ್ಯದಿಂದಲೂ ಸುತ್ತಲಿನ ಪರಿಸರವನ್ನು ಗಮನಿಸುತ್ತ, ಆ ಬಗ್ಗೆ ಸಣ್ಣಪುಟ್ಟ ಬರಹಗಳನ್ನು ಬರೆಯುತ್ತಿದ್ದೆ. ನಂತರ ಸಿನಿಮಾ ಕನಸು ಹೊತ್ತು ಬೆಂಗಳೂರಿಗೆ ಬಂದು 2010–11ರಲ್ಲಿ KANFIDA (ಕರ್ನಾಟಕ ಚಲನಚಿತ್ರ ನಿರ್ದೇಶಕರ ಸಂಘ) ದಲ್ಲಿ ನಿರ್ದೇಶನದ ತರಬೇತಿ ಪಡೆದೆ.

- **ಸಿನಿಮಾದ ಹುಚ್ಚು ಹೇಗೆ?**

  ಪ್ರಥಮ ಪಿಯುಸಿ ಕಲಾ ವಿಭಾಗದಲ್ಲಿ ಸಾಲಾಗಿ ನಾಲ್ಕು ಸಬ್ಜೆಕ್ಟ್‌ನಲ್ಲಿ ಫೇಲಾದೆ. ನಂತರ ಚಿಕ್ಕಮಗಳೂರಿನಲ್ಲಿ ITI ಕಾಲೇಜ್ ಸೇರಿದ್ರೂ ಅಲ್ಲೂ ನನ್ನ ಸಾಧನೆ ಅಷ್ಟಕಷ್ಟೇ. ಈ ಎಲ್ಲಾ ಫೇಲು, ಐಡೆಂಟಿಟಿ ಕೊರತೆಗಳಿಂದ ಹೊರಬಂದು, ನನ್ನನ್ನು ನಾನು ಗುರುತಿಸಿಕೊಳ್ಳಲು ಇರುವ ಏಕೈಕ ಮಾರ್ಗವಾಗಿ ಕಂಡಿದ್ದು ಮತ್ತು ಆಕರ್ಷಿಸಿದ್ದು ಸಿನಿಮಾ.

- **ನಿಮ್ಮ ಮೊದಲ ಕಿರುಚಿತ್ರದ ಅನುಭವ?**

  ಮೂರು ವರ್ಷ ಸಹಾಯಕ ನಿರ್ದೇಶಕನಾಗಿ ಒಂದಿಷ್ಟು ಕೆಲಸ ಮಾಡ್ದೆ. ಆದ್ರೆ ನಾನು ಬರೆದ ಸ್ಕ್ರಿಪ್ಟ್‌ಗಳು, ಸ್ಕ್ರೀನ್‌ಪ್ಲೇಗಳು ಬೇರೆ ನಿರ್ದೇಶಕರ ಕೈಯಲ್ಲಿ ಫೇಲ್ ಆದ್ವು. ಜೊತೆಗೆ ನನ್ನ ಬರವಣಿಗೆಗೆ ಸರಿಯಾದ ಐಡೆಂಟಿಟಿ ಇಲ್ಲೂ ಸಿಗದಿದ್ದಾಗ ಸ್ವತಃ ಕಿರುಚಿತ್ರಗಳ ಮೂಲಕ ಪ್ರೂವ್ ಮಾಡಿಕೊಳ್ಳೋಣ ಅಂತ ಮತ್ತು ಒಂದಿಷ್ಟು ಸಿನಿಮಾಗಳಲ್ಲಿ ಡೈಲಾಗ್ ಬರೆದ್ರೂ ಹೆಸರು ನೀಡದ ಸಿಟ್ಟಿನಿಂದ ಬರೀ ಡೈಲಾಗ್ ಇಟ್ಟು ಮಾಡಿದ ಮೊದಲ ಕಿರುಚಿತ್ರ 'ಪುಟ್ಗೋಸಿ'. ಡೈಲಾಗ್ ಹೈಲೆಟ್ ಆಯ್ತು. ಕಥೆ ಇಲ್ಲದ ಕಾರಣಕ್ಕೆ ಎಲ್ಲರಿಂದ ಬೈಸಿಕೊಂಡಿದ್ದೆ.

- **ಕಿರುಚಿತ್ರ ಯಾಕೆ ಬೇಕು?**

  ಕಿರುಚಿತ್ರ ಮಾಡೋದ್ರಿಂದ ನಮ್ಮ ತಪ್ಪು, ಸರಿಗಳು ನಮಗೆ ತಿಳಿಯುತ್ತದೆ. ನಮ್ಮ ಆಲೋಚನೆಗಳು, ಬರೆಯೋದು, ಶೂಟ್ ಮಾಡೋದು, ಎಡಿಟಿಂಗ್ ಇವೆಲ್ಲಾ ವರ್ಕ್ ಆಗುತ್ತಾ, ಇಲ್ವಾ ಅನ್ನೋದು ಹಾಗೂ ನಮ್ಮ ಪ್ಲಸ್, ಮೈನಸ್‌ಗಳು ತಿಳಿಯುತ್ತವೆ. ಈ ಅನುಭವಗಳು ದೊಡ್ಡ ಸಿನಿಮಾ ಮಾಡುವಾಗ ನೆರವಾಗುತ್ತವೆ.

- **ಕಿರುಚಿತ್ರ ಮಾಡೋರಿಗೆ ನಿಮ್ಮ ಕಿವಿ ಮಾತು?**

  ಕಿವಿಮಾತು ಅಂತೇನಿಲ್ಲ. ಸಾಧ್ಯವಾದಷ್ಟು ತಯಾರಿ ಮತ್ತು ಒಳ್ಳೆ ತಂಡ ಕಟ್ಟಿ. ಒಂದಿಷ್ಟು ಒಳ್ಳೆ ಪ್ರಯತ್ನಗಳನ್ನು ಮಾಡ್ತಾ ಇರಿ. ಅದು ಒಂದಲ್ಲ ಒಂದಿನ ನಮ್ಮ ಕೈ ಹಿಡಿಯತ್ತೆ. ಜೊತೆಗೆ ಅದೇ ನಮ್ಮ ಐಡೆಂಟಿಟಿ ಕೂಡ ಆಗುತ್ತೆ.

- **ಕಿರುಚಿತ್ರದಿಂದ ಕಲಿತ ಪಾಠಗಳು?**

  ನಾವ್ ಎಷ್ಟೇ ಕಲಿತರೂ ಅದಕ್ಕೆ ಕೊನೆಯಿಲ್ಲ. ನಾವ್ ಹೆಚ್ಚು ಹೊಸದನ್ನು ಕಲಿಯುತ್ತ ಹೋದಂತೆ ಪ್ರಪಂಚಕ್ಕೆ ತೆರೆದುಕೊಳ್ತಾ ಹೋದಂತೆ, ಒಂದಿಷ್ಟು ತಿಳಿತ್ತಾ ಹೋಗುತ್ತೆ. ಬರವಣಿಗೆ, ಪಾತ್ರಗಳ ಆಯ್ಕೆ, ಕಲಾವಿದರ ಬಳಿ ನಟನೆ ತೆಗೆಸುವ ಕಲೆ, ಸಂಭಾಷಣೆ, ಎಡಿಟಿಂಗ್ ಹೀಗೆ ಕಿರುಚಿತ್ರದ ಪ್ರತಿ ಹಂತವೂ ಸಾಕಷ್ಟು ಕಲಿಸುತ್ತಾ ಬಂದಿದೆ. ದೊಡ್ಡಮಟ್ಟದಲ್ಲಿ ನಾನು ಪ್ರೇಕ್ಷಕರನ್ನು ತಲುಪಲು ಸಾಧ್ಯ ಆಗಿದ್ದು ಮತ್ತು ಇನ್ನೂ ಜನ ನೆನಪಲ್ಲಿ ಇರೋದಕ್ಕೆ 'ಗೋಣಿಚೀಲ' ಕಿರುಚಿತ್ರ ಮುಖ್ಯ ಕಾರಣ..

- **ಕಿರುಚಿತ್ರದ ಯಶಸ್ಸಿನಿಂದ ನಿಮ್ಮ ಪಯಣ ಹೇಗಿದೆ?**

  ಜನ ಮತ್ತು ಇಂಡ್ರಸ್ಟಿಯವರಿಗೆ ನವನ್ ಶ್ರೀನಿವಾಸ್ ಅನ್ನೋ ಹೆಸರು ತಿಳಿದ್ದಿದ್ದೆ ನನ್ನ ಕಿರುಚಿತ್ರಗಳಿಂದ. ಗೋಣಿಚೀಲ, ಜೋಡಿಕುದುರೆ ಯಶಸ್ಸು ಮತ್ತು ಹೆಸರೇ ನನ್ನನ್ನು ನಂಬಿ ನಿರ್ಮಾಪಕರು ಬಂಡವಾಳ ಹೂಡಲು ಕಾರಣ. ಮತ್ತು ಹೊಸಬರ ಸಿನಿಮಾಗೆ ಕನ್ನಡ ಚಿತ್ರರಂಗದ ಗಣ್ಯವ್ಯಕ್ತಿಗಳು ನೀಡಿದ ಬೆಂಬಲ ಅದ್ಭುತವಾದ್ದುದ್ದು. ಮಾಡೋ ಕೆಲಸವನ್ನು ಪ್ರೀತಿ ಮತ್ತು ಶ್ರದ್ಧೆಯಿಂದ ಮಾಡಿದ್ರೆ ಯಶಸ್ಸು ಖಂಡಿತ ಅಂತ ನಂಬಿಕೆ ಇಟ್ಟೋನ್ ನಾನು.. ಅದೇ ಹಾದಿಲಿ ಮುಂದುವರಿತಾ ಇದ್ದಿನಿ..

ನವೀನ್ ತೇಜಸ್ವಿ

ನಿರ್ದೇಶಕ, ಬರಹಗಾರ, ಗೀತರಚನೆಕಾರ, ಛಾಯಾಗ್ರಾಹಕ ಮತ್ತು ಎಡಿಟರ್

ಹಬ್ಬ ಹರಿದಿನ ಸುಗ್ಗಿ ಶಿವರಾತ್ರಿ, ಬಿಡುಗಡೆ ಮತ್ತು ಒಡ್ಯಾಣ ಕಿರುಚಿತ್ರಗಳನ್ನು ಬರೆದು ನಿರ್ದೇಶಿಸಿದ್ದಾರೆ. ಅವರ ಚಲನಚಿತ್ರಗಳು ಭಾರತ, ರಷ್ಯಾ ಮತ್ತು ಯುಎಸ್‌ಎಗಳಲ್ಲಿ ಅಂತರರಾಷ್ಟ್ರೀಯ ಚಲನಚಿತ್ರೋತ್ಸವಗಳಲ್ಲಿ ಪ್ರದರ್ಶಿಸಲ್ಪಟ್ಟಿವೆ ಮತ್ತು ಅವು ಪ್ರಶಸ್ತಿಗಳನ್ನು ಗೆದ್ದಿವೆ. ಆರ್. ಮಾಧವನ್ ಅವರ ಚೊಚ್ಚಲ ನಿರ್ದೇಶನದ ರಾಕೆಟ್ರಿಯ ಕನ್ನಡ ಆವೃತ್ತಿಗೆ ಅವರು ಸಾಹಿತ್ಯವನ್ನು ಬರೆದಿದ್ದಾರೆ.

- **ನಿಮ್ಮ ಪರಿಚಯ?**

  ನನ್ನ ಊರು ಸೊರಬದ ಹತ್ತಿರದ ಹೊಸಬಾಳೆ ಗ್ರಾಮ. ನಾನು ಬೆಂಗಳೂರು ವಿಶ್ವವಿದ್ಯಾಲಯದಲ್ಲಿ ಎಂ.ಎ ಸಮೂಹ ಸಂವಹನ ಓದಿದ್ದೇನೆ.

- **ಸಿನಿಮಾದ ಹುಚ್ಚು ಹೇಗೆ?**

  ಬೆಂಗಳೂರಿನ ಸಂತ ಜೋಸೆಫರ ಕಾಲೇಜಿಗೆ ಓದಲು ಬಂದ ಹೊಸತರಲ್ಲಿ ಇಂಗ್ಲಿಷ್ ಕಲಿಯಲೆಂದು ಮೊಬೈಲಿನಲ್ಲಿ ಸಬ್‌ಟೈಟಲ್‌ನೊಂದಿಗೆ ದಿನಾಲೂ ಒಂದು ಇಂಗ್ಲಿಷ್ ಸಿನಿಮಾ ನೋಡುತ್ತಿದ್ದೆ. ಅಲ್ಲಿನ ಇಂಗ್ಲಿಷ್ ವಿಭಾಗ ತೋರಿಸುತ್ತಿದ್ದ ಚಿತ್ರಗಳು 'ವರ್ಲ್ಡ್ ಸಿನಿಮಾ'ಗೆ ಕಿಟಕಿಯಾಯಿತು. ನಂತರ ಬೆಂಗಳೂರು ಅಂತರಾಷ್ಟ್ರೀಯ ಚಲನಚಿತ್ರೋತ್ಸವ ಸಿನಿಮಾ ಬಗೆಗೆ ಮತ್ತಷ್ಟು ಉತ್ಸಾಹ ತರಿಸಿತು.

- **ನಿಮ್ಮ ಮೊದಲ ಕಿರುಚಿತ್ರದ ಅನುಭವ?**

  ನನ್ನ ತಂಡ ತಯಾರಿಸಿದ ಎಲ್ಲ ಚಲನಚಿತ್ರಗಳು ನಮ್ಮೂರಿನಲ್ಲೇ ತಯಾರಾದವುಗಳು. ನಾ ಹುಟ್ಟಿ ಬೆಳೆದ ಜಾಗ, ನಮ್ಮೂರಿನ ಮಕ್ಕಳು, ಸ್ನೇಹಿತರು ಸೇರಿ ಕಿರುಚಿತ್ರ ಮಾಡಲು ಹೊರಟೆವು. ಮೊದಲ ಕಿರುಚಿತ್ರ ನಿರ್ಮಿಸುವಾಗ ಎಲ್ಲರ ಬಳಿ ಮಾತನಾಡಿ, ಅವರುಗಳು ಆಸಕ್ತಿ ತೋರಿಸಿ ಜತೆನಿಂತು ಕಿರುಚಿತ್ರ ತಯಾರಿಸಿದ್ದು ಸಾಕಷ್ಟು ಕಲಿಯುವ ಅವಕಾಶವಾಗಿತ್ತು.

- **ಕಿರುಚಿತ್ರ ಯಾಕೆ ಬೇಕು?**

  ಕಥೆಹೇಳಲು. ಸಿನಿಮಾ ಭಾಷೆಯಲ್ಲಿ ಕಥೆಕಟ್ಟುವುದನ್ನ ಕಲಿಯಲು.

- **ಕಿರುಚಿತ್ರ ಮಾಡುವವರಿಗೆ ನಿಮ್ಮ ಕಿವಿ ಮಾತು?**

  ಹೆಚ್ಚೆಚ್ಚು, ಬೇರೆ ಬೇರೆ ವಿಧದ, ಪ್ರಪಂಚದ ಮೂಲೆಮೂಲೆಯ ಸಿನಿಮಾಗಳನ್ನು ವೀಕ್ಷಿಸಿ. ಇಂಟರ್ನೆಟ್ಟಿನಲ್ಲಿ ಸಿನಿಮಾ ಕಟ್ಟುವ ಬಗೆಗಿನ ಪಾಠಗಳನ್ನು ಕಲಿಯಿರಿ. ನೆವರ್ ಗೀವ್ ಅಪ್. ಕಲಿಯುತ್ತಲೇ ಇರಿ.

- **ಕಿರುಚಿತ್ರದಿಂದ ಕಲಿತ ಪಾಠಗಳು?**

  ಸಿನಿಮಾ ಕಟ್ಟುವ ಪಾಠಗಳ–ಬರವಣಿಗೆ, ಚಿತ್ರೀಕರಣ, ಸಂಕಲನ, ಶಬ್ದ, ಸಂಗೀತ–ಪ್ರಾಕ್ಟಿಕಲ್ ಜ್ಞಾನ. ತಂಡದ ಜತೆಗೂಡಿ ಒಂದೇ ಗುರಿಯೆಡೆ ಕೆಲಸ ಮಾಡುವ ಕೌಶಲ್ಯ.

- **ಕಿರುಚಿತ್ರದ ಯಶಸ್ಸಿನಿಂದ ನಿಮ್ಮ ಪಯಣ ಹೇಗಿದೆ?**

  ಚೆನ್ನಾಗಿದೆ. ಸಾಕಷ್ಟು ಕಲಿಕೆ ಸಾಧ್ಯವಾಗುತ್ತಿದೆ. ಹಲವಾರು ಉತ್ತಮ ಸ್ನೇಹಿತರು ಸಿಕ್ಕಿದ್ದಾರೆ. ಈಗ ಪೂರ್ಣಪ್ರಮಾಣದಲ್ಲಿ ಸಿನಿಮಾ ಕೆಲಸ ಮಾಡುವ ಉತ್ಸಾಹದಲ್ಲಿದ್ದೇನೆ.

ವೀರಲೋಕದ ಪ್ರಕಟಣೆಗಳು

1. ಕೈ ಹಿಡಿದು ನೀ ನಡೆಸು ತಂದೆ
2. ವಿಶ್ವಸುಂದರಿ
3. ಇವರು ಅವರು ದೇವರು
4. ಒಳ್ಳೆಯ ಬದುಕಿನ ಸೂತ್ರಗಳು
5. ಬೆಳ್ಳಿತೆರೆಯ ಬಂಗಾರದ ಗೆರೆ
6. ಸೋಲೆಂಬ ಗೆಲುವು
7. ಲಾಸ್ಟ್ ಡೇಸ್ ಆಫ್ ಲೆಜೆಂಡ್ಸ್
8. ಮನಿ ಮನಿ ಎಕಾನಮಿ
9. ನಿಮಗೆಷ್ಟು ಹಣ ಬೇಕು?
10. ಆರ್ಟ್ ಆಫ್ ಸಕ್ಸಸ್
11. ಮಾದಕ ದೊರೆ
12. ನಟನ ಕಥೆ–ಮಂಡ್ಯ ರಮೇಶ್
13. ಬದುಕೇ ಭಗವಂತ
14. ತ್ಯಾಗಕ್ಕಿಲ್ಲ ನೂಕುನುಗ್ಗಲು
15. ಕೃಷಿ ಯಾಕೆ ಖುಷಿ?
16. ಮೆಮರೀಸ್ ಆಫ್ ಬಾಸರ್ಾ
17. ಹಿಂದಿನ ನಿಲ್ದಾಣ
18. ಪ್ರೀತ್‌ಸು
19. ಕಥಾ ಸಾಗರಿ
20. ಹೃದಯದ ಮಾತು ಕೇಳಿ
21. ದ್ವೈತ
22. ಕ್ಷಯ
23. ಯಾರೂ ಹೇಳದ ಕಥೆಗಳು
24. ಅರ್ಧ ಬಿಸಿಲು ಅರ್ಧ ಮಳೆ...
25. ಗದಾಯುದ್ಧಂ
26. ಫಾರೆಸ್ಟರ್ ಪೊನ್ನಪ್ಪ
27. ನಾ ಸೆರೆಹಿಡಿದ ಕನ್ಯಾಸ್ತ್ರೀ
28. ವಿಶ್ವಯಾನಕ್ಕೆ ಗಣಿತವಾಹನ
29. ಮೇರುನಟ
30. ಟ್ರಾಯ್
31. ಕುಣಿಗಲ್ ಟು ಕಂದಹಾರ್
32. ಲೆಟ್ಸ್ ಮೇಕ್ ಎ ಶಾರ್ಟ್ ಫಿಲಂ